ഐസ്ലിൻ

നമിത സതീഷ് ബാബു
ശ്രീലക്ഷ്മി ജെ പ്രകാശ്

ഐസ്ലിൻ

AISLIN

Malayalam/Novel

Namitha Satheesh Babu | Sreelakshmi J Prakash

ISBN: 978-81-979907-6-2

(Paperback)

Any references to historical events, real people, or real places are used fictitiously. Names, characters, and places are products of the author"s imagination.

Cover Art :Adithya Rajan
Cover Design & Layout: Sajil Sd
This Printing Edition 2024

₹150/-

Mankind Literature
A Booklove Initiative
Puthiyangadi post, Calicut-673021
booklovecalicut@gmail.com
+91 9744 155 666

www.booklove.co.in

രണ്ടുപേർ ചേർന്ന് ഒരു നോവലെഴുതുക എന്നത് നമ്മുടെ ഭാഷയിൽ മുമ്പും ഉണ്ടായിട്ടുണ്ട്. എം.ടി.യും എൻ.പി. മുഹമ്മദും ചേർന്ന് എഴുതിയ നോവലാണ് 'അറബിപ്പൊന്ന്', മാധവിക്കുട്ടിയും കെ.എൽ. മോഹനവർമ്മയും ഒരുമിച്ചെഴുതിയ നോവലാണ് 'അമാവാസി', സേതുവും പുനത്തിൽ കുഞ്ഞബ്ദുള്ളയും ഒന്നിച്ച നോവലാണ് 'നവഗ്രഹങ്ങളുടെ തടവറ', പാറപ്പുറത്തും കെ. സുരേന്ദ്രനും ഒന്നിച്ച് എഴുതിയ നോവലാണ് 'കാണാപ്പൊന്ന്', രഞ്ജു കിളിമാനൂരും ലിജിൻ ജോണും ചേർന്ന് ഈയടുത്ത കാലത്ത് എഴുതിയ നോവലാണ് 'ബി സി 261'. അത്തരത്തിൽ നമിത സതീഷ് ബാബുവും, ശ്രീലക്ഷ്മി ജെ. പ്രകാശും ചേർന്ന് എഴുതിയ നോവലാണ് 'ഐസ്ലിൻ'. രണ്ട് സ്ത്രീകൾ ഒരുമിച്ചെഴുതുന്ന ആദ്യ നോവലെന്ന പുതുമ തീർച്ചയായും ഐസ്ലിൻ എന്ന ഈ നോവലിനുണ്ട്.

ഒരുപാട് വായിക്കപ്പെടട്ടെ എന്ന ആശംസയോടെ

മുഹമ്മദ് അബ്ബാസ്

നമിത സതീഷ് ബാബു

2002 സെപ്റ്റംബർ 23 ന് തൃശ്ശൂർ ജില്ലയിലെ കൊടുങ്ങല്ലൂരിൽ സതീഷ് ബാബുവിന്റെയും രേഖയുടെയും ഏകമകളായി ജനനം. സെന്റ് ജോസഫ് എച്ച് എസ് എസ് മതിലകം, സി. എം. എസ് തളിക്കുളം, എച്ച്. എസ്. എസ് പനങ്ങാട് എന്നിവിടങ്ങളിലായി പ്രാഥമിക വിദ്യാഭ്യാസം. ഒല്ലൂർ ഗവൺമെന്റ് ആർട്സ് & സയൻസ് കോളേജിൽ ഡിഗ്രി പഠനം. നിലവിൽ പനങ്ങാട് കൃഷ്ണ ടി. ടി. ഐ യിൽ ഒന്നാം വർഷ അധ്യാപക വിദ്യാർത്ഥി.

ശ്രീലക്ഷ്മി ജെ പ്രകാശ്

2003 ജൂലൈ 26 ന് കോഴിക്കോട് ജില്ലയിലെ പേരാമ്പ്രയിൽ പ്രകാശ് കെ. പണിക്കരുടെയും ജലജ പ്രകാശിന്റെയും മൂത്ത മകളായി ജനനം. വേദവ്യാസ വിദ്യാപീഠം, പേരാമ്പ്ര എ യു പി സ്കൂൾ, വടക്കുംമ്പാട് എച്ച് എസ് എസ്, കൂത്താളി വൊക്കേഷണൽ ഹയർസെക്കണ്ടറി സ്കൂൾ എന്നിവിടങ്ങളിലായി പ്രാഥമിക വിദ്യാഭ്യാസം. നിലവിൽ രാമനാട്ടുകര ഭവൻസ് പൾസാർ ലോ സ്കൂളിൽ മൂന്നാം വർഷ നിയമ വിദ്യാർത്ഥി. സഹോദരൻ : ശ്രീഹരി

ആദ്യപുസ്തകം എന്ന വലിയ സ്വപ്നത്തിന്റെ പടവുകൾ കയറുന്ന പ്രിയ സുഹൃത്തക്കളായ നമിതയുടെയും ശ്രീലക്ഷ്മിയുടെയും ഐസ്ലിന് എല്ലാ ആശംസകളും നേരുന്നു. വായനയുടെ ഒരു സ്വപ്നലോകത്തിലേയ്ക്ക് വായനക്കാരനെ കൂട്ടികൊണ്ട് പോകുവാനും, കാലത്തിന് മായ്ക്കാൻ കഴിയാത്ത കഥാപാത്രങ്ങളെ വായനക്കാർക്ക് സമ്മാനിക്കാനും ഇവരുടെ തൂലികയ്ക്ക് കഴിയട്ടെ എന്ന് ആശംസിക്കുന്നു.

ഒരുപാട് ആളുകളാൽ വായിക്കപ്പെടട്ടെ എന്ന് ആത്മാർത്ഥമായി ആഗ്രഹിക്കുന്നു.

ഏറെ സ്നേഹത്തോടെ

വി ജി

ചില എഴുത്തുകളുണ്ട്. വായനക്കാരന്റെ ഹൃദയത്തിൽ മരതകകോട്ടകളൊന്നും കെട്ടിയുയർത്താതെ, കാൽതെറ്റി വീഴാനുള്ള വാരിക്കുഴികൾ ഒളിച്ചുവെച്ച്, യാത്ര പറയാതെ ഇറങ്ങുന്നവ. ഐെസ്ലിൻ എന്ന പുസ്തകം അത് പോലൊന്നാണ്. എന്നാൽ എഴുത്തുകൾ ഇറങ്ങി പോകുമ്പോൾ കൂരിരുട്ടിനെ വകഞ്ഞു മാറ്റി, മിന്നാമിനുങ്ങിന്റെ തരിവെട്ടത്തിൽ, ആ പുൽമേട്ടിൽ ചവിട്ടുവഴികൾ തീർത്തിട്ടായിരിക്കും കടന്നു പോകുന്നത്. വായിച്ചവസാനിപ്പിക്കുമ്പോൾ, തണുത്തുറഞ്ഞ ശരീരത്തിൽ ചുംബനം നൽകിയ ചുണ്ടുകളുടെ മരവിപ്പാണോ, ഹൃദയത്തിൽ പെയ്തിറങ്ങിയ പുലർമഞ്ഞിന്റെ കുളിരാണോ എന്ന് തിരിച്ചറിയാൻ വായനക്കാരൻ തെല്ലൊന്നു പാടുപെടേണ്ടവ. പ്രിയ എഴുത്തുകാർക്കും ഐെസ്ലിനും എല്ലാ ആശംസകളും. ഒരുപാട് വായിക്കപ്പെടട്ടെ.

ആൻഷൈൻ തോമസ്

പ്രഗൽഭരായ സഹിത്യകാരിൽ പലരും പോക്കറ്റിൽ ഉണ്ടായിരുന്നിട്ടും ഈ അതിസാഹസികമായ ഉദ്യമത്തിന് എന്നെ തിരഞ്ഞെടുത്ത ചേതോവികാരം ഗണിച്ചെടുക്കാൻ കഴിയാതെ അന്തംവിട്ട് നിന്നുകൊണ്ടാണ് ഞാനീ പുസ്തകം കയ്യിൽ എടുത്തത്. ലളിതമായി തുടങ്ങിയ കഥ പരമ്പരാഗതമായ എഴുത്തു നിയമങ്ങളെ തവിടു പൊടിയാക്കി കാറ്റിൽ പറത്തിക്കൊണ്ട് കാലവും ദേശാന്തരങ്ങളും കടന്ന് മുന്നേറിയപ്പോൾ എന്നിലെ വായനക്കാരൻ കുറച്ചൊന്നുമായിരുന്നില്ല ഞെട്ടിയത്.

രണ്ടുപേർ ചേർന്നൊരു പുസ്തകം എഴുതുന്നത് പുതമയൊന്നുമല്ല. എന്നാൽ, രണ്ടു സ്ത്രീകൾ ഒന്നിച്ചെഴുതിയ മലയാളത്തിലെ ആദ്യ നോവൽ ചിലപ്പോൾ ഇതായിരിക്കാം. വിരലിലെണ്ണാവുന്ന കഥാപാത്രങ്ങൾ മാത്രം. ചുരുങ്ങിയ താളുകൾ. ഒരു നോവലിന്റേതായ ദൈർഘ്യമുണ്ടോ എന്ന് സംശയം. പക്ഷേ, അതിനുള്ളിൽ നിന്നുകൊണ്ട് സംസാരിച്ച വിഷയം കയ്യടി അർഹിക്കുന്നുണ്ടെന്നത് തീർച്ച.

മുഷിഞ്ഞു കീറിയ വസ്ത്രവും ധരിച്ച് ഇരുട്ടിൽ നിന്ന് നടന്നു കയറിയ കുഞ്ഞാപ്പു എന്നൊരു കഥാപാത്രമുണ്ട് ഈ കഥയിൽ. കഥാഗതിയിൽ വലിയ മാറ്റമൊന്നും വരുത്തുന്നില്ലെങ്കിലും ഞാനെന്ന മനുഷ്യന്റെ ചിന്തകളെ കുറച്ചൊന്നുമല്ല കുഞ്ഞാപ്പു സ്വാധീനിച്ചത്. അയാളിൽ നിന്നും ഒളിച്ചോടുന്ന കഥാനായികയിൽ ഒരു നിമിഷം ഞാനെന്റെ പ്രതിഫലനം കണ്ടിരുന്നു. ബാഹ്യസൗന്ദര്യത്തിൽ വിശ്വാസമില്ലെന്ന് ഘോരഘോരം വാദിക്കുമ്പോഴും ഉടുത്ത തുണിയിലെ മുഷിച്ചിലും നടത്തത്തിലെ

താളപ്പിഴയും നോക്കി എത്ര പേരിൽ നിന്നാണ് ഓടി ഒളിച്ചിട്ടുള്ളത്. എത്ര തന്മയത്വത്തോടെയാണ് പ്രിയപ്പെട്ട എഴുത്തുകാരികളേ നിങ്ങളീ സമൂഹത്തിന്റെ പൊള്ളത്തരങ്ങളെ വലിച്ചു പുറത്തിട്ടത്.

മലയാള സാഹിത്യത്തിൽ അധികമാരും പരീക്ഷിക്കാൻ ചങ്കൂറ്റം കാട്ടിയിട്ടില്ലാത്ത വഴികളിലൂടെയാണ് ഈ പുസ്തകം എന്നെ കൈ പിടിച്ചു നടത്തിയത്. ഭൂമിക്കും ആകാശത്തിനുമിടയിൽ, സ്വപ്നങ്ങൾക്കും യാഥാർത്ഥ്യത്തിനും നടുവിൽ, ഒരു നൂലു പൊട്ടിയ പട്ടംപോലെ ഒഴുകി നടക്കുന്ന ഭ്രാന്തൻ ചിന്തകളോട് കൂട്ടുകൂടാൻ ഒരുക്കമെങ്കിൽ ഈ പുസ്തകം നിങ്ങൾക്ക് മുന്നിൽ പുതിയൊരു ലോകം തുറന്നുതരും. മലയാള നോവൽ സാഹിത്യത്തിന് അത്ര കണ്ട് സുപരിചിതമല്ലാത്ത മാജിക്കൽ റിയലിസത്തിൽ ഊന്നിയ മനോഹരമായ ആവിഷ്കാരമാണ് ഈ പുസ്തകം. സാഹിത്യലോകത്തേക്ക് ചുവടുവക്കുന്ന പ്രിയ സുഹൃത്തുക്കളെ, നിങ്ങൾക്ക് എന്റെ എല്ലാ ഭാവുകങ്ങളും.

നിതിൻ ബോസ്

ഒന്ന്

ഐസ്ലിൻ

ഞാനയാളുടെ മരണം വളരെ വ്യക്തമായി തന്നെ കണ്ടിരുന്നു. മൃദുലത നഷ്ടപ്പെട്ട് തണുത്തുറഞ്ഞ മഞ്ഞുകട്ടകളെ പോലെയായിരുന്നു അയാൾ.

അവസാന ചുംബനത്തിനൂഴമെത്തിയപ്പോൾ അയാൾ ചിരിക്കുന്നതായി ഞാൻ കണ്ടിരുന്നു. ചുംബിച്ച ചുണ്ടുകൾക്ക് മരവിപ്പനുഭവപ്പെട്ടിട്ടും ഞാനും ഭംഗിയായി അയാൾക്കൊപ്പം ചിരിച്ചിരുന്നു.

വിശ്വാസപ്രകാരം ദേഹം വിട്ട ദേഹിക്ക് ദിവസങ്ങളോളം ഭൂമിയിൽ സ്ഥാനമുണ്ടത്രേ.

ഞാനയാളോട് അവസാനമായി ഒന്നു പറഞ്ഞിരുന്നു.

''തിരികെ പോകൂ, കാത്തു നിൽക്കേണ്ടതില്ല. സ്വയം സംതൃപ്തി കൈവരിക്കുക, ഭാഗ്യമാണെന്ന് കരുതുക. കാരണം, നിങ്ങൾക്കിനി പരിധികളില്ല...''

അതൊരു സ്വപ്നം മാത്രമാണെന്ന് എന്നെ പറഞ്ഞുവിശ്വസിപ്പിക്കാൻ അയാൾ നന്നേ പാടുപെട്ടിരുന്നു. എന്റെ കോളേജിനടുത്തുള്ള പബ്ലിക് ലൈബ്രറിയിൽ വച്ചാണ് ഞാൻ അയാളെ ആദ്യമായി കാണുന്നത്. തന്റെ റിസർച്ചിന്റെ ഭാഗമായി എന്തോ തിരയുകയായിരുന്നു അന്ന്.

''ജേക്കബ് എൽദാരി'' പേരിന്റെ ആഢ്യത്തം മുഖത്ത് പ്രതിഫലിച്ചു കാണാം.

പ്രായം അമ്പതുകളിലെത്തി നിന്നിട്ടും യൗവ്വനത്തിൽ ജീവിക്കുന്നവൻ. വളരെ ചെറിയ നെറ്റിയും സമൃദ്ധമായ കറുത്ത മുടിയിഴകളും അവിടെയിവിടെയായി ജരാനരകളും.

അയാൾ തീർത്തും ഒരു സ്വപ്നസഞ്ചാരിയാണ്, ഞങ്ങൾ അടുക്കാനുള്ള ആദ്യ കാരണവും അതുതന്നെയായിരുന്നു. എന്നെപ്പോലെ തന്നെ ഒരു സ്വപ്നസഞ്ചാരി. യൗവനം നിലനിർത്താൻ ജേക്കബ് എൽദാരി കണ്ടുപിടിച്ച മാർഗങ്ങളിലൊന്നാണ് പഠിച്ചു

കൊണ്ടേയിരിക്കുക എന്നത്. ചിലപ്പോഴൊക്കെ എണ്ണമറ്റ ആ പുസ്തക ശേഖരത്തിന്റെ അധിപനാണ് അയാളെന്ന് എനിക്ക് തോന്നാറുണ്ട്. ഉടലും ഉയിരും ഉപേക്ഷിച്ച് അവിടെയെല്ലാം അയാൾ പാറി നടക്കും. തുടക്കത്തിൽ കർക്കശക്കാരനായി നിന്നുകൊണ്ട് ചില പുസ്തകങ്ങളെ എനിക്ക് പരിചയപ്പെടുത്തി. പോകെ പോകെ എനിക്ക് മുന്നിൽ ആ പടച്ചട്ടയഴിച്ചയാൾ നൈർമല്യമുള്ളവനായി. തന്റെ ജീവിതത്തിന്റെ ഒരു ഭാഗം അമേരിക്കയിലായിരുന്നെന്നും അവിടെ നിറയെ പീച്ച് മരങ്ങളുണ്ടെന്നും അതിന്റെ പഴത്തിന് വല്ലാത്തൊരുതരം ആകർഷണ ഗന്ധമാണെന്നും, അതിന്റെ രുചി അയാൾക്കൊരുപാട് ഇഷ്ടമാണെന്നും അങ്ങനെ അങ്ങനെ വിവരണങ്ങളും വിശേഷങ്ങളും അയാൾ പങ്കുവച്ചു. തുടരെ തുടരെ ആ അടുപ്പം ഒരു ഗർത്തത്തിന് സമാനമായി. ഭൂമിയിലെ സകലതിനെപ്പറ്റിയും ഞങ്ങൾ സംവദിച്ചു.

എന്റെ തോൽവികൾ ഒരിക്കൽ പോലും എന്നെ നിരാശപ്പെടുത്തിയില്ല. അയാളുടെ ആഴമേറിയ ചിന്തകളെ അടുത്തറിഞ്ഞ സംതൃപ്തിയായിരുന്നു എനിക്ക്. മരണം സ്വപ്നം കണ്ടതായി അറിയിച്ചപ്പോഴും അയാൾ ചിരിക്കുകയാണുണ്ടായത്.

‘‘ഞാനാരുടെയെങ്കിലും സ്വപ്നത്തിലകപ്പെട്ടല്ലോ സന്തോഷം !’’ മറുപടികേട്ട് എനിക്കൊരൽപം ദേഷ്യം തോന്നി. ഇതെല്ലാം നിസാരമാണെന്ന ഭാവം. അതും എന്റെ അവലാതികളെ പാടെ അവഗണിച്ചുകൊണ്ട്.

‘‘ആട്ടെ, ദക്ഷ എന്നോട് എന്തെങ്കിലും തെറ്റ് ചെയ്യുന്നുണ്ടോ ?’’

എടുത്തടിച്ച ചോദ്യം.

എനിക്ക് ഉത്തരമുണ്ടായിരുന്നില്ല. കാരണം വളരെ ലളിതമാണ്. നാം ഒരാളോട് തെറ്റ് ചെയ്തിട്ടുണ്ടെങ്കിൽ ആ വ്യക്തിയുടെ മരണം സ്വപ്നം കാണുമത്രെ.

ആ ചോദ്യത്തിന്റെ കാരണം ഇപ്പോൾ വ്യക്തമല്ലേ...

തെറ്റ്, എന്ത് തെറ്റാണ് ഞാനയാളോട് ചെയ്തത്? പ്രത്യക്ഷത്തിൽ ഒന്നും തന്നെയില്ലെന്ന് പറയാം, പരോക്ഷമായിയുണ്ട് താനും. അയാളുടെ ഗവേഷണങ്ങളൊന്നും പൂർത്തിയാകരുതെന്നും തിരികെ പോകരുതെന്നും ആശിച്ചു. എന്നും എന്റെ സ്വന്തമായിരിക്കണമെന്നും മറ്റൊരവകാശിയില്ലാതെ എന്നിൽ തന്നെ

വലയം ചെയ്യപ്പെട്ട് ജീവിക്കണമെന്നും കലശലായി ആഗ്രഹിച്ചു.

എനിക്ക് ഇനിയുമൊരുപാട് കഥകളും മിത്തുകളും കേൾക്കണമായിരുന്നു. ഒരു കുഞ്ഞായി നെഞ്ചിൽ ചാഞ്ഞ് സ്വസ്ഥമായി ഉറങ്ങണമായിരുന്നു. ഒരുപക്ഷേ, അതുതന്നെയാവാം ഞാനയാളോട് ചെയ്യുന്ന തെറ്റും.

എന്റെ മുഖത്ത് എന്തെല്ലാമോ നിഴലിച്ചു കിടന്നു. അയാളത് കണ്ടിരിക്കാം.

''നീ എന്റെ മരണത്തിന് കരഞ്ഞിരുന്നോ?''

ഞാൻ അയാളെ തുറിച്ചു നോക്കി. ഞൊടിയിടയിൽ വിഷയം മാറ്റി എനിക്ക് നേരെ ചോദ്യമിട്ടതാണ്.

''ഇല്ല'' എന്ന് മറുപടി കൊടുത്തു.

''അതെന്താ?''

''കരയാൻ തോന്നിയില്ല. അതൊരു സ്വപ്നം മാത്രമായിരുന്നല്ലോ!''

''സത്യമാണെങ്കിൽ കരയുമായിരുന്നോ?''

''എനിക്കറിയില്ല''

അയാൾ വീണ്ടും ചിരിച്ചു.

''കരയണം, മതിയാവോളം കരയണം. പിടിച്ചുവെക്കരുത്. വച്ചാൽ പിന്നീടതൊരു കുറ്റബോധമായി വേട്ടയാടാനാരംഭക്കും. മനസ്സ് തുറന്ന് കരയാൻ കഴിയുന്നത് ഒരു അനുഗ്രഹമാണ്. എല്ലാം അതോടെ തീരും. പിന്നീടൊരിക്കലും അത് നമ്മളെ തളർത്തില്ല. കരയണം, കരഞ്ഞു കരഞ്ഞ് അതൊരു സങ്കടമേയല്ലാതായി തീരണം.

അപ്പൻ മരിക്കുമ്പോൾ എനിക്ക് പതിനെട്ട് തികഞ്ഞിട്ടെ ഉണ്ടായിരുന്നുള്ളു. ആത്മധൈര്യം ഏറെയുള്ള ആൺകുട്ടികൾ കരയരുതല്ലോ. അതുകൊണ്ട് കരഞ്ഞില്ല. ഞാനൊഴികെ ബാക്കിയെല്ലാവരും കരഞ്ഞു. കരഞ്ഞു കരഞ്ഞവർ ചിരിച്ചു തുടങ്ങി. അപ്പോഴും എനിക്ക് കരയാൻ സാധിച്ചില്ല. ഒരു വേട്ടപട്ടിയെ പോലെ എനിക്ക് ചുറ്റും അവയിന്നും ഉണ്ട്. ഇനിയുള്ള ജീവിതത്തിൽ നന്മവരാൻ കരുണാമയനായ ദൈവത്തോട് പ്രാർത്ഥി

ക്കാൻ ചിലർ ഉപദേശിച്ചു. നിരസിച്ചപ്പോൾ, കേണുവിളിച്ചപ്പോഴൊന്നും വിളികേൾക്കാതെ മറഞ്ഞിരുന്ന ദൈവത്തെ ഞാൻ വെറുത്തു. ഞാനൊരു ദൈവത്തേയും ദൈവദൂതനേയും കണ്ടിട്ടില്ല. കഥകളിൽ കേട്ട അത്ഭുതങ്ങളൊന്നും ഒരു ദൈവവും എവിടെയും പ്രവർത്തിച്ചു കണ്ടില്ല. അങ്ങനെ ഒരാളെ ആരാധിക്കുന്നതിന് എന്ത് അർത്ഥമാണ് ഉള്ളത്?

ആ സംഭവത്തിന് ശേഷം ഞാൻ സ്നേഹത്തെ തിരഞ്ഞിറങ്ങി. അവശേഷിക്കുന്ന അവസാന കണിക എവിടെയെന്ന്. യാത്രയിലുടനീളം ഞാനവയെ സൂക്ഷ്മമായി തിരയുകയും സമർത്ഥമായി കബളിപ്പിക്കപ്പെടുകയും ചെയ്തു. പിന്നീടെപ്പോഴോ അറിഞ്ഞു, അയാൾക്കൊപ്പം സ്നേഹവും സ്നേഹിക്കപ്പെടാനുള്ള എന്റെ അവകാശവും അവിടെ മരിച്ചു വീണിരുന്നു.

ഭൂമിയിൽ ജീവനുള്ളതിനല്ലേ അസ്തിത്വമുള്ളു. മരിച്ചവർക്കില്ലല്ലോ. കരയണം, എല്ലാം കരഞ്ഞ് തന്നെ അവസാനിപ്പിക്കണം.''

ഞാനോർത്തു. കരഞ്ഞവസാനിപ്പിക്കാൻ മാത്രം എനിക്ക് ഒന്നുമില്ലായിരുന്നല്ലോ. അയാൾക്കെത്ര അനുഭവങ്ങളാണ്. ഭാഗ്യവാൻ!

ലൈബ്രറിക്ക് പുറത്തിട്ട മേശയ്ക്കരികിലിരുന്ന് പതിഞ്ഞ ശബ്ദത്തിലയാളെന്നോട് പുലമ്പി.

ഇതിനുശേഷം ലൈബ്രറി വരാന്തയിലൂടെ പലതരം മിത്തുകളെ കുറിച്ച് പറഞ്ഞൊരു നടത്തമുണ്ട്, ഞാൻ കാത്തിരുന്നു.

സ്വരുകൂട്ടിയ പുസ്തകങ്ങൾ കൈയിലെടുത്ത് ഇരിപ്പിടത്തിൽ നിന്നും എഴുന്നേറ്റ് അയാൾ നടന്നു.

ഞാൻ ഓടി ഒപ്പമെത്താൻ ശ്രമിച്ചു.

''ഇന്നെന്താ നേരത്തെ വിട്ടോ ക്ലാസ്സ്?''

''ഇന്നൊരു കഥാരചന നടക്കുന്നുണ്ട് അവിടെ. അതുകൊണ്ട് ഞാനിങ്ങ് പോന്നു''

''ഇഷ്ടമുള്ള ഒന്നാണല്ലോ. എന്തുകൊണ്ട് പങ്കെടുത്തില്ല?''

''എന്റെ എഴുത്തിന് സമയപരിധിയുണ്ടാകരുത്. രാത്രിയെന്നോ പകലെന്നോ ഉണ്ടാകരുത്. എപ്പോൾ എഴുതാൻ തോന്നു

ന്നോ അപ്പോൾ എഴുതണം. എപ്പോൾ അവസാനിപ്പിക്കണമെന്ന് തോന്നുന്നോ അപ്പോൾ അവസാനിപ്പിക്കണം. എഴുത്തിൽ വ്യാപരിക്കുന്ന മനസ്സിന് ഒരിക്കലും കൃത്യമായ സമയപരിധിയിൽ എഴുതി തീർക്കാനാകില്ല എന്ന് ഞാൻ വിശ്വസിക്കുന്നു. മനസ്സ് ശരിയല്ലെങ്കിൽ പ്രാസമൊക്കില്ല, പര്യായമോർമ്മവരില്ല, സാങ്കൽപികത തൊട്ട് തീണ്ടില്ല. കൃത്യമായി അറിയുന്ന ഭാഷയിൽ പോലും തെറ്റുകൾ അട്ടഹസിക്കും. രണ്ട് മണിക്കൂർ കൊണ്ട് ഒരു കഥയോ കവിതയോ രൂപപ്പെടുത്തുന്നവരോട് എനിക്ക് മതിപ്പ് തോന്നാറുണ്ട്. മതിപ്പ് മാത്രം! എനിക്കതിനാവില്ലെങ്കിലും തെല്ലുപോലും നിരാശ തോന്നിയിട്ടില്ല. അവസാനം മാത്രം തിരഞ്ഞു കണ്ടുപിടിക്കേണ്ട തലക്കെട്ട് ആദ്യമേ നിശ്ചയിച്ച് എഴുതുന്നതിനോട് എനിക്ക് യോജിക്കാനാവില്ല.''

''നീ മിടുക്കിയാണ്. ഒരു പ്രത്യേക ചിന്താലോകമാണ് നീയെന്ന് എനിക്ക് പലപ്പോഴും തോന്നാറുണ്ട്. നിന്റെ ഇത്തരം ചിന്തകളോട് എനിക്ക് ബഹുമാനമാണ്. മത്സരങ്ങളല്ല, ചിലതെല്ലാം ഒരു താരതമ്യപ്പെടുത്തലാണ്. വലിയ കഴിവും ചെറിയ കഴിവും തമ്മിലുള്ള താരമ്യപ്പെടുത്തൽ.''

''സാറൊരു മത്സരത്തിലും പങ്കെടുത്തിട്ടില്ലേ?''

''ഉണ്ട്. ഞാനിപ്പോഴും വാശിയേറിയ ഒരു മത്സരാർത്ഥിയാണ്. ഒരു മത്സരാർത്ഥി തന്നെയായിട്ടാകും മരിക്കുക.''

അത് പറയുമ്പോൾ അയാൾക്ക് യാതൊരു ഭാവവ്യത്യാസവുമുണ്ടായിരുന്നില്ല.

''ഇതിനും ഒരു കഥയുണ്ടാകുമല്ലോ?''

''ഉണ്ടല്ലോ, ഒരോ അനുഭവങ്ങളും ഒരോ കഥകളല്ലേ.''

''പറയാമോ?''

''നിനക്ക് മടുക്കുന്നില്ലേ കുട്ടീ?''

''ഇല്ല...''

''അതെന്താ?''

''എനിക്ക് നിങ്ങളെ കേട്ടിരിക്കാൻ ഒരുപാട് ഇഷ്ടമാണ്.''

അയാൾ വീണ്ടും ചിരിച്ചു.

ഐെസ്ലിൻ

അയാൾ ഒരോ തവണ ചിരിക്കുമ്പോഴും എനിക്ക് അത്ഭുതമാണ്.

''എന്തിനാണ് എപ്പോഴും ഇങ്ങനെ ചിരിക്കുന്നത്?''

''വെറുതെ''

''വെറുതെയോ?''

''അതെ. വെറുതെ.''

''ശരി. എന്നാൽ കഥ പറയാം. എന്റെ അപ്പൂപ്പന് രണ്ട് ആൺമക്കളാണ് അപ്പനും ചാച്ചനും. അവർക്കും രണ്ട് ആൺമക്കൾ.

ഞങ്ങൾ വളർന്നു. എന്തിനും ഏതിനും അവനു ചേട്ടൻ വേണമായിരുന്നു.

അവന്റെ ഒരോ രഹസ്യങ്ങളും കുഞ്ഞുകുഞ്ഞു സ്വപ്നങ്ങളും എന്നോട് മാത്രം പങ്കുവച്ചു പോന്നു.

എന്റെ വിജയങ്ങളിൽ ആ കുഞ്ഞ് അകമഴിഞ്ഞ് സന്തോഷിച്ചിരുന്നു. തിരിച്ച് ഞാനും. വളർച്ചയുടെ ഘട്ടങ്ങളിൽ അവന്റെയുള്ളിൽ കൊടിയ വിഷം കുത്തിവെയ്ക്കപ്പെട്ടു. ചേട്ടനെ തോൽപ്പിയ്ക്കണമെന്നും ചേട്ടനേക്കാൾ വലിയവനാകണമെന്നും പറഞ്ഞു പഠിപ്പിച്ചു. അവനെന്തറിയാം, വിഷം കലർന്ന പാലെന്നറിയാതെ അവനതാസ്വദിച്ചു കുടിച്ചു. ഇടക്കെപ്പോഴൊ കയ്പ്പ് അനുഭവപ്പെട്ടപ്പോൾ എല്ലാം നിന്റെ നല്ലതിന് വേണ്ടിയാണെന്ന് പറഞ്ഞ് വിശ്വസിപ്പിച്ചു. ചെറുതും വലുതുമായ രഹസ്യങ്ങൾ ഞങ്ങൾക്കിടയിൽ തിങ്ങി ശ്വാസംമുട്ടി.

അവനു മുൻപെ ഞാൻ ജയിക്കുമെന്നും എനിക്ക് മുൻപെ അവൻ ജയിക്കുമെന്നും പറഞ്ഞ് ഞങ്ങൾ വാശിയുള്ള മത്സരാർത്ഥികളായി മാറി.

മത്സരച്ചൂടിൽ സഹോദര്യത്തിനെന്ത് പ്രസക്തി.''

''ആരാണ് ജയിച്ചത്?''

''അവർ തന്നെ, അവന്റെ മാതാപിതാക്കൾ. പ്രത്യേകിച്ച് അവന്റെ അമ്മ. ഒരു പ്രത്യേകതരം മനുഷ്യജന്മം. അവരുടെ മുഖത്തെപ്പോഴും പുച്ഛം നിഴലിച്ചു കിടക്കും. ആ സ്ത്രീ ഒരിക്കൽ പോലും ചിരിച്ച് ഞാൻ കണ്ടിരുന്നില്ല. ഏതോ കാലത്ത് ആരോ

ചെയ്ത തെറ്റിന്റെ പേരിൽ അവരെന്നെ വെറുത്തു. എന്നെ ബഹുമാനിക്കുന്നു എന്ന പേരിൽ അവരുടെ മകനെയും. അവരാണ് ശരിക്കും ജയിച്ചത്. ഞങ്ങളിപ്പോഴും ജയിക്കുമെന്ന് പ്രതീക്ഷിച്ച് തോറ്റുകൊണ്ടിരിക്കുന്നു.

ഒരുപക്ഷേ, ഞങ്ങളുടെ മരണം കൊണ്ടാകും അതവസാനിക്കുക. എങ്കിലും അവർക്കഭിമാനിക്കാം. സ്നേഹവാത്സല്യങ്ങൾ പങ്കിടേണ്ട രണ്ട് സഹോദരങ്ങളെ വാശിയും വീറുമുള്ള രണ്ട് മത്സരാർത്ഥികളാക്കി മാറ്റിയതിൽ അവർക്ക് അകമഴിഞ്ഞ് അഭിമാനിക്കാം.

ഹാ, ഇന്നത്തെ കോട്ട കഴിഞ്ഞു. ഇനി പിന്നെയാവാം. വക്കീൽ മാഡം പോകാൻ നോക്ക്.''

''ഉം...''ഞാനൊന്ന് മൂളുക മാത്രം ചെയ്തു.

''ധാരാളം സ്വപ്നങ്ങൾ കാണുക. നിരാശപ്പെടേണ്ടതില്ല. സ്വപ്നങ്ങളിൽ ആനന്ദം മാത്രം കണ്ടെത്താൻ ശ്രമിക്കുക. പരിധികളോ വിലക്കുകളോയില്ലാതെ. കാരണം, നാം തേടുന്നതെന്തും നമുക്കവിടെ നിന്നേ കണ്ടെത്താനാകൂ.''

അയാൾ എന്താണ് പറഞ്ഞുവരുതെന്ന് എനിക്ക് പിടികിട്ടി.

''നിങ്ങൾ മരിക്കേണ്ട.''

ഞാൻ ചിണുങ്ങി.

''അതെന്താ?''

''നിങ്ങൾ പോയാൽ എനിക്കാര് കഥകൾ പറഞ്ഞ് തരും?''

''ദൂരെ നിന്ന് കൈ നിറയെ ലവ് ലാവണ്ടർ റോസുമായി ഒരു രാജകുമാരൻ വരും. ഒരുപാട് കഥകൾ പറഞ്ഞു തരും.''

അല്ലെങ്കിലും വിഷയം മാറ്റാൻ ഒരു പ്രത്യേക കഴിവ് തന്നെ. ഞാൻ ചോദിച്ചതെന്ത് അയാളിപ്പോൾ പറയുന്നതെന്ത്.

''ലവ് ലാവണ്ടർ റോസിന്റെ പ്രത്യേകതയെന്തെന്നറിയുമോ ?''

ഞാൻ ഇല്ല എന്ന് തലയാട്ടി. പൊട്ടിവന്ന ചിരി സമർത്ഥമായി ഒളിപ്പിച്ചുകൊണ്ട് അയാൾ വീണ്ടും തുടർന്നു.

''ആദ്യ കാഴ്ചയിൽ തന്നെ ഞാൻ നിന്നെ അത്രമേൽ ഇഷ്ട

പ്പെടുന്നു എന്ന്. രണ്ട് കൈകളിലും നിറയെ ലവ് ലാവണ്ടർ റോസുമായി ഒരാൾ വരും. മുത്തശ്ശി കഥകളിലെ രാജകുമാരനെ പോലെ. പുറമേയുള്ളവർക്ക് മണ്ടത്തരമാണെന്ന് തോന്നും. പക്ഷേ, അങ്ങനെ ഒരോ തോന്നലിൽ ജീവിക്കാനും രസാണ്. നമ്മുടെ ഇഷ്ടങ്ങളും അനിഷ്ടങ്ങളും നമ്മുടെ മാത്രം സ്വകാര്യതയാണ്. അതിൽ മറ്റൊരാൾക്ക് അഭിപ്രായമുണ്ടാവരുത്. അങ്ങനെ വന്നാൽ പലയിഷ്ടങ്ങളുടെയും വിലയിടിഞ്ഞ് തുടങ്ങും.

ജിബ്രാന്റെ വരികൾ കേട്ടിട്ടില്ലേ?

ആരോടും പറയാതെ യാത്ര ചെയ്യുക. ആരോടും പറയാതെ നല്ലൊരു പ്രണയകാലം ആസ്വദിക്കുക. സന്തോഷത്തോടെ ജീവിക്കുക. ആരോടും പറയേണ്ടതില്ല. കാരണം ഭംഗിയുള്ളതിനെയെല്ലാം മനുഷ്യൻ നശിപ്പിച്ചു കളയും.''

എനിക്കാരെയോ ഓർമ്മ വന്നു. കവിളിടം ചുവന്നു.

''എസ്കിമോകളെ പോലെ, അല്ലെ?''

''എസ്കിമോകളെ പോലെയോ..?'' നെറ്റി ചുളിച്ചു കൊണ്ടെന്നെ നോക്കി.

''അതെ. കേട്ടിട്ടില്ലേ?''

''കേട്ടിട്ടുണ്ട്. ധ്രുവപ്രദേശങ്ങളിലെ ഒരു വിഭാഗം ഗോത്രവർഗക്കാരല്ലേ?

''അതെ. അതുതന്നെ.''

''പക്ഷേ, അവരെപ്പോലെ എന്നു പറഞ്ഞതെന്തുകൊണ്ടാണ്?''

''ഒരുപാട് കഥകൾ അറിയുന്ന ആളല്ലേ. ഇതറിയില്ലേ? തെറ്റ് പറയാനൊക്കില്ല, ഞാൻ മാത്രമായിരുന്നു ആ കഥയിൽ കുരുങ്ങി കിടന്നത്. ഇന്നും ഒരോ പുസ്തകത്തിലും ഞാനവരെ തേടും. ഇഷ്ടപ്പെടുന്ന ഏതെങ്കിലും കഥപാത്രങ്ങൾ അവരെ കുറിച്ച് പറഞ്ഞിരുന്നെങ്കിലെന്ന് ആശിക്കും. പക്ഷേ എന്ത് കാര്യം, ഒക്കെ വെറുതെയായി തീരും. ഹാ... ആ കഥ നാളെ പറഞ്ഞുതരാം.''

''നാളെ ഞാൻ നാട്ടിലേക്ക് പോകുകയാണ്. ഇനിയൊരാഴ്ച കഴിയും മടങ്ങാൻ.''

''എങ്കിൽ തിരിച്ചു വരുമ്പോൾ പറയാം. ഞാൻ കൂട്ടിൽ കയ

റട്ടെ. ഇല്ലെങ്കിലാ തള്ളയുടെ വക വിചാരണയുണ്ടാവും. കൂട്ടം തെറ്റി എങ്ങോട്ട് പോവുന്നു എന്ന്. അല്ലെങ്കിലേ അത് റേഡിയോ പോലെയാണ്. അങ്ങോട്ട് പറയുന്നതൊന്നും കേൾക്കില്ല. കോളേജ് ലൈബ്രറിയിൽ ഇല്ലാത്തതെന്താ ഇവിടെ എന്ന് കഴിഞ്ഞ ദിവസം എന്നോടവർ ചോദിച്ചിരുന്നു. കോളേജ് ലൈബ്രറിയിലെന്താ ഉള്ളത്. കുറേ നിയമ പുസ്തകങ്ങൾ, പിന്നെ ചർച്ച ചെയ്യാതെ പോയ തത്വചിന്തകളെഴുതിയ പുസ്തകങ്ങൾ. അതിൽ പകുതിയും ഇരട്ടവാലൻമാരും ചിതലുകളും എന്നേ ഭക്ഷണമാക്കിയതാണ്. പറഞ്ഞുവരുമ്പോൾ പഠനാവശ്യങ്ങൾക്ക് വേണ്ടതെല്ലാം അവിടെയുണ്ട്. ഞാൻ തേടുന്നതൊന്നും അവിടെയില്ലല്ലോ.''

''മ്മ്.. ആരെയും പിണക്കാൻ നിക്കണ്ട. പുതിയ കഥയുണ്ടെങ്കിൽ അയക്കൂ. സമയമുള്ളപ്പോൾ വായിക്കാം.''

''ഞാനയച്ചിരുന്നല്ലോ, സാറത് കണ്ടിട്ടുമുണ്ട്. പക്ഷേ, അതിനെപറ്റി ഒന്നും പിന്നെ പറഞ്ഞില്ല''

''യെസ്, ഞാനത് കണ്ടിരുന്നു. അപ്പോൾ നല്ല തിരക്കിലായതുകൊണ്ട് സമയമെടുത്ത് വായിക്കണം എന്ന് കരുതി മാറ്റി വെച്ചതാണ്. പിന്നെ മറന്നുപോയി. ഞാൻ വായിച്ചിട്ട് പറയാം.''

''വേണ്ട. അതിനി വായിക്കണ്ട. ഞാനൊരുപാട് മാറ്റം വരുത്തിയിട്ടുണ്ട്. പിന്നീട് വായിച്ചപ്പോൾ ചിലത് കൂട്ടിച്ചേർക്കണമെന്ന് തോന്നി.''

''വീണ്ടും വീണ്ടും വായിക്കുന്നത് നല്ലതാണ്. അത് കൂടുതൽ മെച്ചപ്പെടുകയെയുള്ളൂ. പലരും പല അഭിപ്രായങ്ങളും പറയും. തിരുത്തലുകൾ ആവശ്യപ്പെടും. ഞാനും അഭിപ്രായങ്ങൾ പറഞ്ഞെന്നു വരാം. നിനക്ക് ശരി എന്ന് തോന്നുന്നത് മാത്രം നീ തിരുത്തണം. എഴുത്തിലെപ്പോഴും നിന്റേതായ ഒരു പ്രത്യേകത നിഴലിച്ച് കിടക്കണം.''

''ഞാൻ ആരുടെയും വാക്കുകേട്ട് എന്റെ എഴുത്തുകൾ തിരുത്താറില്ല.''

''അങ്ങനെയല്ല. പറയുന്നത് എന്താണെന്ന് കേൾക്കണം. മാറ്റം വരുത്തണം എന്ന് തോന്നിയാൽ മാത്രം മാറ്റം വരുത്താം. അഭിപ്രായങ്ങളും വിമർശനങ്ങളുമെല്ലാം നമ്മെ കൂടുതൽ മെച്ചപ്പെടുത്തും.

''അല്ല, പേരെന്തായിരുന്നു അതിന്റെ? ഞാനത്ര ശ്രദ്ധിച്ചില്ല.''

''പേരൊന്നും ഇല്ല''

''അതെന്താ?

''ചേരുന്നതൊന്നും കിട്ടിയില്ല''

''എന്താ കഥ''

''സ്വപ്നങ്ങളെക്കുറിച്ച്''

''ഐസ്ലിൻ എന്ന് കേട്ടിട്ടുണ്ടോ?''

ഞാനോർത്തു. ഇല്ല ഇങ്ങനെയൊന്ന് ഇതുവരെ കേട്ടിട്ടില്ല.

''പുതുമ തോന്നുന്നു.''

''ആ അങ്ങനെയൊരു വാക്കുണ്ട്. ദർശനം അഥവാ സ്വപ്നം എന്നാണർത്ഥം. ഒരു ഗാലിക് പദമാണ്. ഐലിംഗ്, അതിൽ നിന്നാണ് ഉത്ഭവം. കൊള്ളാമെങ്കിലിട്ടോ. തലക്കെട്ട് കൊണ്ട് കൗതുകമുണർത്താൻ കഴിഞ്ഞാൽ തന്നെ പകുതി പൂർത്തിയായി. ശരി. ലാത്തിയടി ഒരുപാടായി. പോകാൻ നോക്കൂ.''

ഇടതു കൈയിലേക്ക് പുസ്തകങ്ങൾ മാറ്റി പിടിച്ച് വലതു കൈ എനിക്ക് നേരെ നീട്ടി ചെറുചിരിയോടെ എന്നെ യാത്രയാക്കാൻ ഒരുങ്ങി.

''പോകാൻ തോന്നുന്നില്ല.''

ചുണ്ട് കൂർപ്പിച്ച് ഞാൻ ചിണുങ്ങി.

അയാൾ ചിരിയോടെ എന്റെ തലയിൽ കൊട്ടി.

ലൈബ്രറി ഗേറ്റിന് സമീപമെത്തി തിരിഞ്ഞ് നോക്കുമ്പോഴും അയാളെന്നെ തന്നെ നോക്കി ചിരിക്കുകയായിരുന്നു. ഇന്നയാൾക്ക് ഒരു പ്രത്യേക ഭംഗി.

രണ്ട്

ഹോസ്റ്റലിലേക്കുള്ള നടത്തത്തിൽ എനിക്ക് നന്നേ അലസത തോന്നി. എന്തോ ഒന്ന് അയാളിൽ എന്നെ കെട്ടി വലിക്കുന്നു ണ്ട്. ഇനി കുറച്ചുനാൾ ആളെ കാണാൻ സാധിക്കില്ല എന്ന നിരാശ എന്നെ ചുറ്റിവരിഞ്ഞു.

ഹോസ്റ്റലിന് സമീപത്തെത്തിയപ്പോൾ അല്പം ദൂരെനിന്ന് ആരോ എന്നെ നോക്കി കൈ ഉയർത്തി സലാം പറഞ്ഞു. ഞാൻ ചുറ്റും നോക്കി. അവിടെ മറ്റാരെയും കാണാനില്ല. എന്നോട് തന്നെയെന്ന് തീർച്ച. തെല്ലൊരു സംശയത്തോടെ ഞാനവിടെ തന്നെ ഉറച്ചുനിന്നു. അപ്പോഴേക്കുമയാൾ എന്റെ തൊട്ടരികിൽ എത്തിയിരുന്നു.

ഞാൻ പേടിയോടെ പിന്നോട്ടാഞ്ഞു.

''എന്തൊരു മനുഷ്യനാണിയാൾ'' ഞാൻ പല്ലിറുമ്മി.

''പേടിക്കേണ്ട, മോളോട് തന്നെയാ. ഞാനാ കുഞ്ഞാപ്പു. മുൻനിരയിലെ കറപിടിച്ച പല്ലുകൾ കാണിച്ച് അയാൾ ചിരിച്ചു. എന്നെ പേടിക്കേണ്ട. നീ എന്റെ പൈതലാണ്. നിന്നെ ഞാൻ നോവിക്കില്ല.''

''ഞാൻ പേടിയോടെ അയാളിൽ നിന്ന് അകന്ന് മാറി വേ ഗത്തിൽ നടന്നു.

''ഓടണ്ട...''

അയാൾ എന്നെ നോക്കി വീണ്ടും എന്തൊക്കെയോ പുലമ്പി.

ഒരു കള്ള് കുടിയനായിരിക്കാം. വേഷവും ഭാവവും അതു പോലെ തന്നെ മുഷിഞ്ഞിട്ടുണ്ട്. ഇനി വല്ല ഭ്രാന്തനുമായിരിക്കു മോ? അറിയില്ല. ഇങ്ങനെ ഒരാളെ പറ്റി കേട്ടിട്ടുമില്ല. അയാൾ പുറകിൽ നിന്നും വീണ്ടും എന്തൊക്കെയോ പുലമ്പികൊണ്ടിരു ന്നു. വേഗതയേറുന്നതിനനുസരിച്ച് അത് പൂർണ്ണമായും നിലച്ചു.

എത്ര വിചിത്രനായ മനുഷ്യനാണയാൾ, ഞാനെങ്ങനെയാ

ണ് അയാളുടെ കുഞ്ഞാകുന്നത്. അതൊരു അവകാശവാദം തന്നെയല്ലേ. ഇല്ല, അതൊരിക്കലും പ്രായോഗികമായ ഒന്നല്ല. ഒന്നുമില്ലാത്തവന്റെ അവകാശങ്ങൾ തലയിലേറ്റി അതിന്റെ അധികാര പരിധിയിലായിരിക്കാൻ എനിക്ക് താൽപര്യമില്ല. ഏത് തരക്കാരനാണെന്ന് ആർക്ക് അറിയാം. അവഗണിച്ചതിൽ തെല്ലും നിരാശയില്ല.

ഒരു മനുഷ്യനിൽ നിന്ന് മറ്റൊരു മനുഷ്യൻ പാലിക്കേണ്ട അകലത്തെ പറ്റി അയാൾ സ്വയം ചിന്തിക്കട്ടെ. മുറിയിലേക്കുള്ള പടികൾ കയറുന്നതിനിടെ ചിന്തകളിൽ വലിയൊരിടം തന്നെ ആ വ്യക്തി കൈവശപ്പെടുത്തിയിരുന്നു. ആദ്യം കണ്ടുമുട്ടുന്ന അപരിചിതർ തന്നെയല്ലെ പിന്നീട് പിരിയാനാവാത്ത പരിചിതരാകുന്നത്. ഒരുപക്ഷേ, ഇസ്തിരിയിട്ട വസ്ത്രങ്ങളും, ചീകിയൊതുക്കിയ തലമുടിയും ആ വ്യക്തിക്കുണ്ടായിരുന്നെങ്കിൽ അയാൾ എന്താണ് പറയുന്നതെന്ന് കേൾക്കാനുള്ള ക്ഷമ ഞാൻ കാണിച്ചേനെ. ചിലനേരത്ത് മനുഷ്യരങ്ങനെയല്ലേ, പുറംമോടിയിൽ ആകൃഷ്ടരാകാറില്ലേ. അതുവെച്ച് അവരെ വിലയിരുത്താറില്ലേ, എത്രയൊക്കെ വേറിട്ട് നിൽക്കാൻ ശ്രമിച്ചാലും ഞാനും പച്ചയായ മനുഷ്യൻ തന്നെ.

മുറി പതിയെ തുറന്ന് അകത്ത് കയറി, കരുതിയതുപോലെ തന്നെ അവിടെ രണ്ടുപേർ നല്ല ഉറക്കമാണ്. യൂണിഫോം പാതിയഴിച്ച് വച്ച് ഒരു ഉറക്കം അവർക്ക് പതിവാണ്. ചെറു ശബ്ദം പോലും അവരെ അലോസരപ്പെടുത്തരുതെന്ന് എനിക്ക് നിർബന്ധമുണ്ട്. ഞാനെന്റെ കോട്ടഴിച്ച് ഹാങ്ങറിൽ തൂക്കി. എനിക്ക് ഗർവ് തോന്നി. ഒരു അഭിഭാഷകന്റെ കറുത്ത ഗൗണായി ഞാനത് ഇടക്ക് സങ്കൽപ്പിക്കും. വക്കീൽ മാഡം എന്ന് ഇപ്പോഴും കാതിൽ മുഴങ്ങുന്നു. എനിക്കാ വിളി പുതുമയുള്ളതായിരുന്നില്ല. വർഷം മൂന്നായി ഞാനത് കേൾക്കുന്നു. കൃത്യമായി പറഞ്ഞാൽ എൽ. എൽ.ബി പഠിക്കണമെന്ന തീരുമാനമെടുത്തപ്പോൾ മുതൽ. എന്റെ വക്കീൽ പദവി സ്വപ്നംകണ്ട് എത്രയെത്ര കേസുകൾ പരിചയക്കാരായ പലരുടെയും ഉള്ളിൽ കുമിഞ്ഞുകൂടി കിടക്കുന്നു. കാര്യം ഇഷ്ടമുള്ളത് തന്നെയാണെങ്കിലും ചിലപ്പോഴൊക്കെ എനിക്കത് അരോചകമായി തോന്നും. ഇടക്ക് സാറ് അങ്ങനെ വിളിക്കാറുണ്ട്. അതെനിക്ക് ഇഷ്ടമാണ്.

ഐെസ്ലിൻ

കിടക്കയുടെ കോണിൽ ഒരു നീരാളി ബൊമ്മ എന്നെ നോക്കി ഭംഗിയായി ചിരിച്ചു.

അത് സാറിന്റെ സമ്മാനമാണ്. ഇരുപത്തിയൊന്നാം പിറന്നാൾ സമ്മാനം. പിറന്നാളിന് കുറച്ച് ദിവസം മുൻപെ ''എന്തു വേണം സമ്മാനമായി'' എന്ന ചോദ്യത്തിന് ആകാശത്തിന് കീഴിലുള്ള എന്തും തരാം എന്ന മനോഭാവമായിരുന്നു അയാൾക്ക്.

''വേണ്ട. ഒന്നും വേണ്ട.''

''അത് പറ്റില്ല. പറഞ്ഞേ പറ്റൂ. You can ask me anything you want.''

''ഒന്നും വേണ്ട എനിക്ക്. അന്നും ഒരു കഥ മതി.''

''അതെപ്പോഴും പറയാമല്ലോ. പിറന്നാൾ സമ്മാനം എന്തു വേണമെന്ന് പറ. നീ എന്റെ മൂത്തമകളാണ്. പറയൂ. എന്തു വേണം. Am serious. Whatever you want ask me.''

''എങ്കിൽ ഏറ്റവും വിലപിടിപ്പുള്ള ഒന്ന് ചോദിക്കുന്നു. സമയം, ഏറ്റവും വിലകൂടിയ സമ്മാനം! എനിക്കതാണ് വേണ്ടത്. ഒരുപാട് കഥ കേൾക്കണം, എന്നെയും കേട്ടിരിക്കണം. ഒരു യാത്രപോണം. ദൂരെ... ദൂരെ. മറ്റൊരു ലോകത്ത്.''

അതിന് മറുപടിയില്ലായിരുന്നു. വെറുതെ ഒന്ന് ചിരിച്ചു.

ഞാൻ ചിണുങ്ങി.

''പ്രോമിസ് ചെയ്യൂ.''

അതിനും ചിരിയായിരുന്നു മറുപടി.

''വാക്ക് പാലിക്കണം.'' ഞാൻ വീണ്ടും പറഞ്ഞു. പിന്നീട് അയാളെ കണ്ടുകിട്ടുന്നത് വളരെ വിരളമായി. ഒരോരോ തിരക്കുകൾ...

പിറന്നാൾ ദിവസം ഞാനാണ് ഇന്ന് എന്റെ പിറന്നാളാണെന്ന് ഓർമ്മപ്പെടുത്തിയത്.

അയച്ച മെസ്സേജിന് രണ്ട് നീല ശരി തെളിഞ്ഞതും എനിക്ക് കോൾ വന്നു.

കോൾ എടുത്ത ഉടനെ മറുവശത്ത് ആശംസ ഗാനം ഉയർന്നു. ഞാൻ പൊട്ടിച്ചിരിച്ചു. എനിക്ക് ചിരി നിയന്ത്രിക്കാനാകുന്നുണ്ടായിരുന്നില്ല.

''പറയൂ. എന്താണ് വേണ്ടത് സമ്മാനമായി.''

''ഇതാ പിന്നെയും. വാക്ക് തന്നത് മറന്നോ. കഥ വേണം.''

''വൈകുന്നേരം കാണാൻ പറ്റില്ലേ?''

''ഒരു കുഞ്ഞുസമ്മാനം ഞാൻ കരുതിവക്കും.''

''ശരി ക്ലാസ്സ് കഴിഞ്ഞു കാണാം''

കോൾ കട്ടായി.

എന്റെ സന്തോഷത്തിനതിരില്ലായിരുന്നു. അയാളിൽ നിന്നൊരു കുഞ്ഞുസമ്മാനം എന്റെ അറിവോട് കൂടിയല്ലെങ്കിലും മനസ്സൊരുപാട് ആഗ്രഹിച്ചതാണ്. ലൈബ്രറിയിലല്ലാതെ ഒരു കൂടികാഴ്ചയും. ആകാംക്ഷയിൽ എവിടെയൊക്കെയോ പാറി നടന്ന എന്നെ ശ്രദ്ധ വിലക്കി.

''ഒരാളെയും അമിതമായി വിശ്വസിക്കരുത്, സ്നേഹിക്കരുത്. എന്താണെന്നും എങ്ങനെയാണെന്നും നമുക്കാരുടെയും ഉള്ള് ചികഞ്ഞ് നോക്കാനാകില്ല. ഇന്നോ നാളെയോ അയാൾ തിരിച്ചുപോകും. ഏറ്റവും പ്രിയപ്പെട്ടവരുടെ ഇടയിലായിരിക്കെ നിന്നെയൊന്ന് ഓർക്കാൻ പോലും അയാൾക്ക് നേരമുണ്ടാകില്ല. അമിതമായി അടുക്കരുത് നിനക്ക് വേദനിക്കും. കാണുന്ന നേരമത്രയും നന്നായി സംസാരിക്കുക. ലാളനകളേറ്റ് വാങ്ങുക. തിരികെ നടക്കുമ്പോൾ ആ ഓർമ്മകളെ അവിടെ വച്ച് തിരിച്ചു പോരുക. വീണ്ടും തമ്മിൽ കാണുമ്പോൾ മാത്രം അവ വീണ്ടെടുക്കുക. അതിൽ കുടുതലൊന്നും നമുക്ക് വേണ്ട.

അവൾ പറഞ്ഞു നിർത്തി. എനിക്ക് കലികയറി. പക്ഷേ, മറച്ചുപിടിച്ചു. പുതുതായി ആരെ പരിചയപ്പെട്ടാലും ഈ ഒരു ബോധവൽക്കരണ ക്ലാസ് എനിക്കിവളിൽ നിന്ന് പതിവാണ്. കണ്ടുമുട്ടുന്ന ഒരോ വ്യക്തിയിലും അവൾ അവളുടെ കഥ തിരയും. സകലരും അതിലെ കഥപാത്രങ്ങളെ പോലെയെന്ന് മുദ്രകുത്തും. ആരെയും വിശ്വസിക്കില്ല, സ്നേഹിക്കില്ല. ഞാനും അതുപോലെയാവണമത്രേ. എല്ലാവരിൽ നിന്നും അകന്നൊരു ജീവിതം ജീവിക്കാനാണ് അവളെന്നെ തയ്യാറാക്കുന്നത്. കാലമിത്രയും ഞാനങ്ങനെ തന്നെയല്ലേ ജീവിച്ചത്. വേദനിക്കരുത് പോലും. സത്യത്തിൽ എപ്പോഴാണ് ഞാൻ വേദനിച്ചിട്ടുള്ളത്. വേദന

കളില്ലാത്ത സന്തോഷങ്ങൾക്ക് മധുരമില്ലെന്ന് എല്ലാ മനുഷ്യരെയും ഒരളവുകോലുകൊണ്ടളക്കുന്നവളോട് ഞനെങ്ങനെ പറയാൻ. ഈ ലോകത്ത് സ്വതന്ത്രമായി ഒന്നിനും നിലനിൽപ്പില്ല. ഒന്നു ചീഞ്ഞാലെ മറ്റൊന്നിന് വളമാകൂ, പരിശ്രമിച്ച് മുറിവുകളെറ്റാലെ വിജയത്തിന് വിലയുള്ളു. അവളെറെ ഇഷ്ടത്തോടെ അടയാളപ്പെടുത്തിയ ആൻ ഫ്രാങ്കിന്റെ ഡയറിക്കുറിപ്പിലെ വരികൾ പോലെ.

''എന്തുകൊണ്ടാണ് ആളുകൾ അവരുടെ യഥാർത്ഥ വികാരങ്ങൾ മറച്ചുവക്കാൻ ശ്രമിക്കുന്നതെന്ന് ഞാൻ അത്ഭുതപ്പെടാറുണ്ട്.

ഞാൻ തന്നെ മറ്റുള്ളവരുടെ സാന്നിധ്യത്തിൽ എത്ര വിഭിന്നമായിട്ടാണ് പെരുമാറുന്നത്. എന്തുകൊണ്ടാണ് നാം പരസ്പരം വിശ്വസിക്കാത്തത്?

എന്തെങ്കിലും ഒരു കാരണം ഉണ്ടാകാം. പക്ഷേ, ഏറ്റവുമടുത്ത ആളുകളെപ്പോലും നമുക്കു വിശ്വസിക്കാൻ കഴിയുന്നില്ല എന്നതു കഷ്ടം തന്നെ''

ഞാനവളുടെ ഉപദേശം പാടെ അവഗണിച്ച് പോകാനിറങ്ങി.

ക്ലാസ്സ് കഴിഞ്ഞയുടനെ അയാൾക്കടുത്തേക്ക് ഓടി. അദ്ദേഹത്തിനൊപ്പം ഒരു കാപ്പി കുടിക്കണമെന്നുണ്ടായിരുന്നു.

സാർ തന്നെ എന്നെ ക്ഷണിച്ചു. അവിടെയും എന്തുവേണമെങ്കിലും പറയാൻ ആവശ്യപ്പെട്ടപ്പോൾ കാപ്പി മാത്രം പറഞ്ഞു. വർണ്ണകടലാസിൽ പൊതിഞ്ഞ ഒരു സമ്മാനപ്പൊതി നീട്ടി. ക്ഷമ ഇല്ലാത്തതുകൊണ്ട് അപ്പോൾ തന്നെ തുറന്നു.

ഒരു കുഞ്ഞു നീരാളി. ഇളം നീലയും റോസും വെള്ളയും കലർന്ന ഒരു പഞ്ഞിക്കട്ട. മൃദുലമായ മേനി. ഞാൻ അതിനെ ഇറുക്കെ പുണർന്നു.

''നീരാളി പിടുത്തത്തിൽ നിന്ന് രക്ഷപെടാൻ പറ്റില്ല എന്നു കേട്ടിട്ടുണ്ട്. മുറുക്കെ പിടിച്ച് അത് നമ്മെ കടലാഴത്തിലേക്ക് കൊണ്ടുപോകുമെന്നും. ഞാൻ അങ്ങനെ മുറുക്കെ പിടിച്ചതായി തോന്നിയോ?''

അയാൾ അതിനും ചിരിച്ചു. ഞാൻ പുരികം കൂർപ്പിച്ച് നോ

ക്കിയപ്പോൾ ചിരി നിർത്തി.

''ദക്ഷ. ഞാൻ ഒരു കഥ പറയാം.

ഒരിക്കലൊരിടത്ത് മനോഹരമായ പവിഴപുറ്റുകളാൽ സമ്പന്നമായൊരു സമുദ്രമുണ്ടായിരുന്നു. ധാരാളം മത്സ്യങ്ങളും നീരാളികളും സന്തോഷപൂർവം അവിടെ ജീവിച്ച് പോന്നു. മനോഹരമായ പവിഴപുറ്റുകളെക്കാൾ ഏവരെയും ഭ്രമിപ്പിച്ച മറ്റൊന്നു കൂടിയുണ്ടായിരുന്നു അവിടെ. തിളങ്ങുന്ന കണ്ണുകളുള്ള ഒരു കുഞ്ഞു നീരാളി. ഇരുട്ടിൽ അവളുടെ കണ്ണുകൾ നക്ഷത്രംപോലെ തിളങ്ങുമായിരുന്നു. കടലിലെ ഏറ്റവും ഭംഗിയുള്ള ഒന്നായി അവൾ പ്രകാശിച്ചു. ആ കാഴ്ച ഏവരെയും ത്രസിപ്പിച്ചു. ഒരു ദിവസം കടലിൽ വലിയൊരു ആഘോഷം നടക്കുകയുണ്ടായി. ധാരാളം മീനുകളും നീരാളികളും ഒത്തുകൂടി. ക്ഷണപ്രകാരം കുഞ്ഞു നീരാളിയും. അവളുടെ നക്ഷത്ര കണ്ണുകൾ കണ്ട് ഏവരും അത്ഭുതപ്പെട്ടു. മതിവരുവോളം പാട്ടുകൾ പാടി അവളോട് കൂട്ടുകൂടാൻ ഏവരും മത്സരിച്ചു. എന്നാൽ തന്റെ കണ്ണുകളുടെ തിളക്കം മറ്റുള്ളവർക്ക് ശല്യമാകുമെന്ന് കുഞ്ഞു നീരാളി ഭയപ്പെട്ടു. അവളവരിൽ നിന്ന് അകന്നു മാറി. മറ്റു ജീവികളെ അത് നിരാശയിലാഴ്ത്തി. തന്റെ സഹജീവികളെ വേദനിപ്പിച്ചതോർത്ത് കുഞ്ഞു നീരാളി കൊടിയ കുറ്റബോധത്തിലായി. അവളൊറ്റക്കിരിക്കാനാരംഭിച്ചു. നാളുകൾ പിന്നെയും കടന്നുപോയി. ഒരിക്കലൊരു മത്സ്യം അവൾക്കരികിലേക്ക് വന്നു. മത്സ്യം തന്റെ സംശയം ചോദിച്ചു.

''നിന്റെ കണ്ണുകൾക്ക് എന്തുകൊണ്ടാണിത്ര തിളക്കം?''

കുഞ്ഞു നീരാളി തന്റെ കഥ പറഞ്ഞു തുടങ്ങി. കഥയുടെ അവസാനം മത്സ്യം അവളെ നോക്കി ചിരിച്ചു.

''നിന്റെ കണ്ണുകൾ വളരെയേറെ ഭംഗിയുള്ളതാണ്. അത് നിന്നെ അതീവ സുന്ദരിയാക്കുന്നു. അവയെ നീ മറയ്ക്കേണ്ടതില്ല.''

മത്സ്യത്തിന്റെ വാക്കുകളിൽ കുഞ്ഞു നീരാളി അതിയായി സന്തോഷിക്കുകയും ആ ഉപദേശം സ്വീകരിക്കുകയും ചെയ്തു. പിന്നീടവൾ ഒരിക്കലും അവളുടെ തിളക്കമാർന്ന കണ്ണുകൾ മറച്ചില്ല. തന്റെ സഹജീവികളിൽ നിന്ന് അകന്നു മാറിയില്ല. അവരെല്ലാം അവളെ അകമഴിഞ്ഞ് സ്നേഹിച്ചു. നമ്മുടെ വ്യത്യസ്തത

കൾ നമ്മെ കൂടുതൽ മനോഹരമാക്കുന്നുവെന്ന് അവളപ്പോൾ മനസിലാക്കിയിരുന്നു.

അയാൾ കഥ പറഞ്ഞു നിർത്തി എനിക്ക് നേരെ നോക്കി. എന്റെ ചോദ്യത്തിനുള്ള ഉത്തരം ഇപ്പോൾ കിട്ടിയില്ലേ എന്ന ഭാവം.

ഒരു ദീർഘനിശ്വാസം എടുത്ത് ഞാൻ ആ ചിന്തകളിൽ നിന്ന് പുറത്തുവന്നു.

സമയം എട്ടിനോടടുത്തിരുന്നു. അത്താഴത്തിന് നേരമായെന്ന് സാരം. ഉറക്കച്ചടവോടെ രണ്ടും കട്ടിലിൽ തന്നെയിരിപ്പുണ്ട്.

ഞാനും ശ്രദ്ധയും കൂടെയാണ് മെസ്സിലേക്ക് നടന്നത്. അമൂല്യ പുറകെ വരുന്നതെ ഉണ്ടായിരുന്നുള്ളൂ. ചപ്പാത്തിയും ചിക്കനുമാണ് ഇന്നത്തെ അത്താഴം.

അതും വാങ്ങി ശ്രദ്ധയുടെ പുറകെ ഞാൻ നടന്നു. തൊട്ടടുത്ത മേശയിൽ ഒരു കൂട്ടർ എന്തോ കാര്യമായ ചർച്ചയിലാണ്. വളരെ നേരിയ തേങ്ങലുകൾ കേൾക്കാം.

ശ്രദ്ധ കൗതുകത്തോടെ അവർക്കിടയിലേക്ക് ഓടിക്കയറി.

വിഷയം വേദനകളാണ്.

ചർച്ച തുടങ്ങി.

താൻ അനുഭവിച്ചതിനേക്കാൾ കൂടുതൽ ലോകത്ത് മറ്റാരും അനുഭവിച്ചു കാണില്ല എന്ന് ഒരാൾ. തന്റെ സ്ഥാനത്ത് മറ്റൊരാളായിരുന്നുവെങ്കിൽ എന്നേ മരണത്തിന് കീഴടങ്ങിയേനെ എന്ന് മറ്റൊരാൾ. സംവാദം മുറുകും തോറും ഈ ലോകത്തിലെ ഏറ്റവും വലിയ ദുഃഖിതരായി അവർ മാറി. പരസ്പരം ആശ്വസിപ്പിച്ച് അവർ വേദനകൾ കൊണ്ട് മത്സരിക്കുകയാണ്.

സ്വന്തം വേദനകളിൽ അവർ ഭ്രാന്തമായി ആനന്ദിക്കും പോലെ. അഹങ്കരിക്കും പോലെ. ജിബ്രാന്റെ ശാപമെന്ന കഥപോലെ, ജീവനുതുല്യം സ്നേഹിച്ച തന്റെ മകൾ അവളുടെ പ്രണയിതാവിനൊപ്പം ഒളിച്ചോടിയറിഞ്ഞ പിതാവ് അവരെ ശപിച്ചു. കാലങ്ങൾക്ക് ശേഷം അവരുടെ ജീവിതം നശിച്ചതിൽ അയാൾ അതിയായി വേദനിച്ചു. അപ്പോഴും തന്റെ ശാപത്തിലും നാക്കിലും അയാൾ അഹങ്കരിക്കുന്നുണ്ടായിരുന്നു. കഥകളിലെ യാഥാർ

ത്ഥ്യം പോലെ ആ ചർച്ച നീണ്ടു. മത്സരിക്കാൻ ഒരോരുത്തർ ക്കും ഒരോ കാരണങ്ങൾ.

അമൂല്യ അപ്പോഴേക്കും എത്തി. മുഖം മ്ലാനമായിരുന്നു. എന്തോ ചിന്തയിലായിരിക്കാം അവൾ. അടുത്ത വേദനയുടെ കഥ അവളിൽ നിന്നുമാവും. ഒരുപക്ഷേ, ഈ തർക്കത്തിന്റെ അടുത്ത മത്സ രാർഥി ഇവളായിരിക്കും

''എന്തു പറ്റി?'' ഞാൻ തന്നെ തുടക്കമിട്ടു.

''ഒന്നൂല്ല.'' പറയാൻ ഭാവമില്ലെന്ന് തോന്നുന്നു. നിർബന്ധി ക്കാൻ എനിക്കും ഉദ്ദേശ്യമില്ല. തന്റെ വേദനകളിൽ അവളും അഹങ്കരിക്കില്ല എന്നാര് കണ്ടു.

എനിക്കത് കാണാൻ സമയമില്ലതാനും. എത്രയെത്ര ദിവസ ങ്ങൾ കഴിച്ചുകൂട്ടേണ്ടതാണ്.

മൂന്ന്

ഐസ്ലിൻ

പതിവുപോലെ തന്നെ ഞാനാണ് ഗുഡ് മോർണിംഗ് അയച്ചത്. സാർ ഗുഡ് മോർണിംഗിനോടൊപ്പം ട്രെയിനിലിരുന്ന് പുറത്തെ കാഴ്ചയുടെ ചിത്രമയച്ചു. നാട്ടിലേക്കുള്ള യാത്രയിലാണ്. ദിവസങ്ങൾ വിരലിലൊന്നെണ്ണി നോക്കി. ഇനിയും അഞ്ച് ദിവസങ്ങൾ ബാക്കി.

മിക്ക ദിവസങ്ങളിലും ചിത്രങ്ങൾ എനിക്ക് പങ്കുവച്ചു. ആകാശവും, ഇടക്കൊന്ന് ചാറി പോയ മഴയും, കടലും, അങ്ങനെ കണ്ട കാഴ്ചകൾ പലതും എനിക്കയക്കും. ഇപ്പോൾ ഈ ചൂടു കാലാവസ്ഥയിലൊരു മഴ പ്രതീക്ഷിച്ചിട്ടുണ്ടാവില്ല. അതാണ് ആ ചിത്രവും എനിക്കെത്തിയത്. പുതുമ തോന്നുന്നതെല്ലാം ഞങ്ങളുടെ ചാറ്റിൽ ചിത്രങ്ങളായങ്ങനെ കിടക്കും. മഴ അയാൾക്കേറെ പ്രിയപ്പെട്ടതാണ്. ഒരിക്കലയാൾ പറഞ്ഞിരുന്നു. മഴക്കാലത്ത് നഷ്ടപ്പെട്ടവർ തിരികെ വരുമെന്ന് വിശ്വസിച്ച് കാത്തിരുന്ന ഒരു കുഞ്ഞി ചെറുക്കന്റെ കഥ.''

കാലമിത്ര കഴിഞ്ഞിട്ടും ആ കുഞ്ഞി ചെറുക്കൻ ഒരോ മഴയിലും ആരെയോ തേടുമത്രേ.

ദിവസങ്ങൾക്ക് ദൈർഘ്യം കൂടിയ പോലെ. ലൈബ്രറിക്ക് മുന്നിലെത്തുമ്പോൾ സാർ നേരത്തെ എത്തിയിരിക്കണേ എന്ന ആഗ്രഹത്തോടെ എന്നും ഞാൻ അവിടമാകെ കണ്ണോടിക്കും. നിരാശ തന്നെയാകും ഫലം. വിരലിലെ ദിവസങ്ങൾ അഞ്ചിൽ നിന്ന് ഒന്നിലേക്കെത്തി.

പറഞ്ഞ ഒരാഴ്ച കഴിഞ്ഞിട്ടും ആൾ മടങ്ങി എത്തിയിട്ടില്ല.

എന്തോ ഒരു വല്ലായ്മ. ശ്രദ്ധ പറഞ്ഞത് പോലെ ഏറെ പ്രിയപ്പെട്ടവരുടെ ഇടയിൽ എന്നെ മറന്ന് കാണുമോ?

വിളിക്കാൻ ആഗ്രഹം തോന്നുന്നു. മനസ്സ് വല്ലാതെ വ്യഗ്രതപ്പെട്ടു. എന്റെ ആവലാതികൾ ഒരു ശല്യമാകരുതല്ലോ. ആരാണെന്ന പ്രിയപ്പെട്ടവരുടെ ചോദ്യത്തിൽ മകളെന്ന ഉത്തരം കേട്ട്

അവർ പരിഹസിച്ചാലോ. എന്തിനാണ് വെറുതെ ഒരോ പൊല്ലാപ്പ്. സാർ പറയുന്ന പോലെ ചിലതെല്ലാം സ്വകാര്യമായിരിക്കുന്നത് തന്നെയാണ് നല്ലത്. അതുകൊണ്ട് തന്നെ വിളിച്ചില്ല.

തത്ക്കാലം ഗുഡ് നൈറ്റ് അയച്ചാണ് ഉറങ്ങാൻ കിടന്നത്. അതിന് മറുപടിയൊന്നും വന്നില്ല.

പിറ്റേന്ന് ക്ലാസ്സിലിരുന്നും ഇടക്കിടെ ഞാൻ റിപ്ലെ പ്രതീക്ഷിച്ച് ഫോൺ എടുത്തു നോക്കിയിരുന്നു. മറുപടി ഒന്നുമില്ല. അനാവശ്യമായി എന്തോ ഒരു പേടിയെന്നെ വേട്ടയാടി തുടങ്ങി.

ബുക്ക് തിരികെ കൊടുക്കാനെന്ന ഭാവത്തിലാണ് ലൈബ്രറിയിൽ കയറിയത്. ചുറ്റും പരതി നോക്കി. വീണ്ടും നിരാശ. അയാളുടെ പതിവ് ഇരിപ്പിടം ഒഴിഞ്ഞു കിടന്നു. ആ വരാന്തയിപ്പോഴും ഞങ്ങളുടെ കഥകളെ കുറിച്ചോർക്കുന്നുണ്ടായിരിക്കും. പുതിയ മിത്തുകൾ കേൾക്കാൻ അയാൾ വരും വരെ എന്നെ പോലെ കാത്തിരിക്കുന്നുണ്ടാകാം.

ഇത്രയും വൈകേണ്ടായിരുന്നു. ഒന്നു വിളിച്ച് പറയാമായിരുന്നു. ഓ മറന്നുപോയി കാണും.

ചെറു നീരസത്തോടെ അയാളുടെ ഇരിപ്പിടത്തിലേക്ക് നോക്കി മുഖം വീർപ്പിച്ചു വച്ചു.

‘‘ഹാ എന്തൊക്കെയുണ്ട് മോളെ, ക്ലാസിൽ പോയില്ലേ?’’

പതിവില്ലാതെ ലൈബ്രേറിയൻ എന്നോട് വിശേഷങ്ങൾ തിരക്കി. എനിക്ക് അതിശയം തോന്നി. എനിക്കയാളുടെ പേരു പോലും കൃത്യമായി അറിയില്ലായിരുന്നു. ഇവിടുത്തെ സ്ഥിരം സന്ദർശകർക്കായി വാട്സ് ആപ്പിൽ ഒരു ഗ്രൂപ്പുണ്ട്. അയാളെന്നെ അതിൽ ആഡ് ചെയ്തിട്ടുമുണ്ട്. എനിക്കതേ അയാളെ കുറിച്ചറിയുമായിരുന്നുള്ളു. അയാൾക്കാകട്ടെ എന്നെ അടുത്ത ബന്ധുവിനെ പോലെ പരിചയം.

എന്തൊക്കെയോ പറയാനുള്ള തുടക്കമാണ് ഈ കുശലന്വേഷണമെന്നെനിക്ക് തോന്നി.

എന്നെ നോക്കാൻ ഭയക്കും പോലെ.

അയാളുടെ ഫോണിൽ നോട്ടിഫിക്കേഷനുകൾ അലമുറയിട്ടു. എന്റെ മുഖം കോടി. എത്ര അരോചകമാണിത്. തീർത്തും

ഒരു മരണമുറിക്ക് സമം. പരുങ്ങി കൊണ്ടയാൾ ഫോണെടുത്ത് സൈലന്റാക്കി. അയാളെ അവഗണിച്ചുകൊണ്ട് ഞാനെന്റെ ഫോണിൽ വീണ്ടും റിപ്ലേക്കായി പരതി.

നോട്ടിഫിക്കേഷൻ ബാറിൽ ആരൊക്കെയോ ആദരാഞ്ജലികൾ ഉതിർത്തു.

ഹൃദയം ശൂന്യമായി. വിരലുകളിൽ നനവ്. നനവ് തുടച്ച് ഫോട്ടോ ഡൗൺലോഡാക്കുമ്പോൾ സംശയിക്കും പോലെ ഒന്നുമുണ്ടാവരുതേയെന്ന് പ്രാർത്ഥിച്ചു.

ഒരായിരം ആദരാഞ്ജലികൾക്കിടയിൽ അയാൾ ഭംഗിയായി ചിരിക്കുന്നു. ഉള്ളം കൈയിൽ വീണ്ടും വിയർപ്പ് പടർന്നു. കണ്ണു ചിമ്മി ഒരിക്കൽ കൂടി ഫോട്ടോ വ്യക്തമായി നോക്കി. ഒരുപക്ഷേ, എന്റെ കണ്ണെന്നെ ചതിച്ചതായിരുന്നെങ്കിലോ, തെറ്റിയതല്ല എല്ലാം പകൽ പോലെ വ്യക്തം.

അയാൾക്കിപ്പോഴും എന്തൊരു ഭംഗിയാണ്.

സ്വന്തം മരണത്തിൽ ഒരു മനുഷ്യനിത്രയേറെ സൗന്ദര്യമുണ്ടാകുമോ?

ലൈബ്രറിയൻ ഇപ്പോൾ പരുങ്ങുന്നില്ല.

എന്റെ കണ്ണിലേക്ക് നോക്കാൻ അയാൾക്കിപ്പോൾ ഭയമില്ല. അസഹ്യമായ എന്തോ ഒരു വേദന അയാളുടെ കണ്ണിൽ തട്ടി എന്നിലേക്ക് പ്രതിഫലിച്ചു. ഞാൻ മുഖം തിരിച്ചു. എനിക്കാരെയും കാണേണ്ടതില്ല. പുസ്തകങ്ങൾ അയാളുടെ കൈകളിൽ ഏൽപിച്ച് ഞാനിറങ്ങി. അതുവെറും സ്വപ്നമായിരുന്നല്ലോ, പിന്നെന്തിന് യാഥാർഥ്യമായി

നെഞ്ച് വിങ്ങി തൊണ്ടയിലെന്തോ കുരുങ്ങി ശ്വാസംമുട്ടി. പിടയാനാവുന്നില്ലായെന്ന് മാത്രം. വഴിയിലൂടെ യാന്ത്രികമായി നടന്നു.

''എന്ത് പറ്റി കുഞ്ഞാപ്പുവിന്റെ പൈതലിന്.''

അന്നത്തെ പോലെ അയാളിന്നും ഓടിയടുത്തു. എനിക്ക് പേടി തോന്നിയില്ല, പിന്നോട്ടാഞ്ഞില്ല, അയാളുടെ വേഷവിധാനങ്ങളോടൊന്നും വിദ്വേഷം തോന്നിയില്ല, ആ നിമിഷം എനിക്കയാൾ പരിചിതനായിരുന്നു.

ബാഗിൽ നിന്ന് അമ്പത് രൂപ നോട്ടെടുത്ത് അയാൾക്ക് നേരെ നീട്ടി. അത് കണ്ട് അയാൾ ഉറക്കെ ചിരിച്ചു.

''നിനക്കറിയാമോ, ഈ വഴിയിലൂടെ അലസമായി നടന്നുതുടങ്ങിയ നാൾ മുതൽ പലരും ഇതുപോലെ നോട്ടുകളോ ചില്ലറതുട്ടുകളോ എനിക്ക് നേരെ വലിച്ചെറിയും. ഞാനത് ആർത്തിയോടെ വാരി കൂട്ടുമെന്ന് പ്രതീക്ഷിച്ച് എന്തോ പുണ്യ പ്രവൃത്തി ചെയ്ത നിർവൃതിയിൽ അവർ നടന്നു നീങ്ങും. സത്യത്തിൽ അവരേക്കാൾ എത്രയോ സമ്പന്നനാണ് ഞാൻ. പരിധികളില്ലാത്തത്ര സമ്പത്ത് കാണാനുള്ള ശേഷി അവരുടെ കണ്ണുകൾക്കില്ല. അത്ര തന്നെ. പക്ഷേ, നീ തന്നാൽ ഞാനത് വാങ്ങും. നീയെന്റെ പൈതലല്ലേ. നിന്നെ പറ്റി എൽദാരി സാർ ഇടക്കിടെ എന്നോട് പറയാറുണ്ട്. അവസരം കിട്ടുമ്പോഴെല്ലാം മകളെന്ന് സംബോധന ചെയ്യും. ഞാനപ്പോൾ ഓർക്കും, അയാൾക്കും എനിക്കും ഒരേ പ്രായം തന്നെയല്ലേ എന്ന്. സാറ് പറയാറുള്ളത് ശരിയാ. നിന്റെ കണ്ണുകൾക്ക് നല്ല തിളക്കമാണ്. ഹാ എന്നും നല്ലത് വരട്ടെ.''

അയാളത് വാങ്ങി തിരികെ പോയി. വീണ്ടും ശൂന്യമായത് പോലെ. അതും പേറി ഹോസ്റ്റലിലേക്ക്. മനസ്സ് മലിനമാക്കപ്പെട്ട ജലാശയം പോലെ വ്യർത്ഥമായി. മാലിന്യങ്ങൾ പുറന്തള്ളാനാകാതെ കുമിഞ്ഞ് കൂടി സർവ്വതും സ്വീകരിക്കാനായി പാകപ്പെട്ടു കഴിഞ്ഞിരുന്നു.

അടക്കം ഇപ്പോൾ കഴിഞ്ഞു കാണണം. അവകാശികൾ ചുറ്റും നിന്ന് യാത്രയാക്കി കാണണം. അവസാനമായി അവർ നെറ്റിയിൽ ചുംബിച്ച് കാണണം. എനിക്കൊന്നു കാണണമായിരുന്നു. വാത്സല്യപൂർവം നെറ്റിത്തടത്തിൽ ചുംബിക്കണമായിരുന്നു.

പക്ഷേ, അവകാശങ്ങളൊന്നും സ്ഥാപിക്കാനാവാത്ത അയാളുടെ ഏക അവകാശി മാത്രമായിരുന്നല്ലോ ഞാൻ. വിളിച്ചപ്പോഴൊന്നും വിളി കേൾക്കാതെ ഒളിച്ചിരുന്ന ദൈവത്തെ അദ്ദേഹത്തെ പോലെ ഞാനും വെറുത്തു.

തലയിൽ അസഹ്യമായ വേദന കയറിക്കൂടി. കാർന്നുതിന്നു വേദനിച്ചു നീറി പുകഞ്ഞു.

മുറിയിലെ ശൂന്യതയിൽ മുഷിഞ്ഞു. ശരിയാണ് കരയാൻ കഴിയുന്നത് ഒരു അനുഗ്രഹമാണ്. എല്ലാം അതോടെ തീരും.

പിന്നീടൊരിക്കലും അത് നമ്മെ വേട്ടയാടില്ല.

എനിക്ക് പിന്നിൽ വേട്ടപട്ടികളെ പോലെ എന്തോ ഒന്ന് ഓടിയടുത്തു.

വിശപ്പും ദാഹവും കെട്ട് മുഷിഞ്ഞ യൂണിഫോമിൽ ഞനെത്രയോ നേരം നീരാളി ബൊമ്മയുടെ പിടിയിൽപ്പെട്ട് കിടന്നു.

അടുത്ത് വന്ന് കാര്യങ്ങൾ തിരക്കരുതെന്ന് ഞാൻ മുന്നറിയിപ്പ് കൊടുത്തിരുന്നു. അവരത് പാലിച്ചു.

ദിവസങ്ങളോളം യാന്ത്രികമായി അങ്ങനെ... ഞാനോർക്കുന്നു. അവസാനമായി ദൈവങ്ങളോട് യാചിച്ചത്. പല രാത്രികളിലും കൈനീട്ടി അയാളെ വിളിച്ചത്, കരഞ്ഞു തീർക്കണം എന്നുണ്ടായിട്ടും തൊണ്ടക്കുഴിയിൽ ഒരു അലർച്ച കുടുങ്ങി കിടന്നത്, കത്തിയെരിഞ്ഞ ചിതയിൽ നെഞ്ച് കത്തുന്ന ഗന്ധം മൂക്കിലേക്ക് തറച്ച് കയറിയത്, ചുറ്റുമുള്ള കണ്ണുകൾ വീർപ്പുമുട്ടിച്ചത്, മരവിച്ച ശരീരത്തിൽ തൊടാൻ അനുവദിക്കാതെ കൈകൂട്ടി പിടിച്ചത്, കൊണ്ട് പോകല്ലേ എന്ന കരച്ചിലുകൾക്കിടയിൽ അയാളുടെ നെറുകയിൽ അവസാനമായ് ചുംബിച്ചത്.

എല്ലാം ഞാനോർക്കുന്നു. എന്നത്തെയും പോലെ എല്ലാം ഞാൻ ഓർക്കുന്നു. അതൊരു സ്വപ്നം മാത്രമായിരുന്നല്ലോ. യഥാർത്ഥ്യമായി തീർന്ന വെറുമൊരു സ്വപ്നം. അത്രതന്നെ.

നാല്

ഐസ്ലിൻ

ഹോസ്റ്റൽ മുറിയിലെ വെളിച്ചം അണഞ്ഞിട്ട് ഒരുപക്ഷേ മണിക്കൂറുകളായി കാണും.

ജനലരികിൽ മഴയിപ്പോഴും കുറുകുന്നുണ്ട്. കൂട്ടിന് ഇടിയോ മിന്നലോ ഇല്ലാതെ. മനസിന് നന്നേ ഭാരമനുഭവപ്പെടുന്ന വേളകളിൽ അവയെന്നോട് ഒരോ കഥകൾ പറയും. എന്നെമാത്രം കേട്ടിരിക്കും. എന്തൊക്കെയോ കുത്തികുറിക്കാൻ തോന്നുന്നു. കൂടെ രണ്ടുപേരുള്ളതിനാൽ വെളിച്ചം കൊണ്ടവരെ ശല്യപ്പെടുത്താനാകില്ല. തനിച്ചായിരുന്നുവെങ്കിൽ നേരം പോലും വകവെക്കാതെ ഒരു കഥയോ കവിതയോ ഇപ്പോൾ ജനിച്ചു കാണണം.

ഒരോ മഴയും പ്രതീക്ഷയോടെ നോക്കിയിരുന്നവന്റെ കഥ, ലവ് ലവണ്ടർ റോസുകൾ കാത്തുവെച്ച രാജകുമാരന്റെ കഥ, അവളെ നിയന്ത്രിച്ച ആകാശത്തിലെ ഒരു വെള്ളിനക്ഷത്രത്തിന്റെ കഥ. അക്ഷരങ്ങൾ മനസ്സിൽ നിറഞ്ഞ് തുളുമ്പി, നെഞ്ച് കാഞ്ഞു. മഷികൊണ്ട് അത് കോറിയിടാൻ കഴിഞ്ഞിരുന്നുവെങ്കിൽ. എഴുത്തുകാരുടെ ഒരോ വാചകങ്ങൾ ചുറ്റിലും മുഴങ്ങി കേൾക്കും പോലെ അതിലൊരൽപ്പം ഒച്ചയിൽ നന്ദിതയെ കേൾക്കാം.

''നിന്റെ സ്വപ്നങ്ങളുടെ വർണ്ണശബളിമയിൽ

എന്റെ നിദ്ര നരക്കുന്നതും

നിന്റെ പുഞ്ചിരിയിൽ എന്റെ കണ്ണീരുറയുന്നതും

നിന്റെ നിർവ്വികാരതയിൽ ഞാൻ തളരുന്നതും

എന്റെ അറിവോടു കൂടിത്തന്നെയായിരുന്നു.

എനിക്കു രക്ഷപ്പെടണമെന്നുണ്ടായിരുന്നു

പക്ഷെ...

ഞാൻ തടവുകാരിയായിരുന്നു.

എന്റെ ചിന്തകളുടെ...''

തെരുവ് വിളക്കിന്റെ വെട്ടം മുറിയാകെ പരന്നുകിടന്നു. തൊട്ട ടുത്ത് രണ്ട് കട്ടിലുകൾ. ഒന്നിൽ, തറയിൽ വീണുകിടക്കുന്ന തല യിണയും കാലിൽ ചുരുണ്ടു കിടക്കുന്ന പുതപ്പും എനിക്ക് കേൾ ക്കാൻ പാകത്തിനുള്ള ശ്വാസോച്ഛ്വാസവും ആ ഉറക്കത്തിന്റെ ആഴം അളക്കാൻ സാധിക്കുന്നവയായിരുന്നു. മറ്റൊന്നിൽ, പുത പ്പിനടിയിൽ നിന്ന് പതിഞ്ഞ ശബ്ദത്തിൽ സംസാരം കേൾക്കാം. തണുപ്പിന്റെ കാഠിന്യത്തെ അവഗണിച്ച് ഫാൻ കറങ്ങി. പുതപ്പ് ദേഹത്ത് വലിച്ചിടുന്നതിനിടയിൽ മഴക്ക് പകരം മഞ്ഞു പെയ്തി രുന്നുവെങ്കിലെന്ന് ഓർത്തു.

പണ്ട് എവിടെയോ കേട്ടതാണ് ആകാശ നെയ്ത്തുകാരന്റെ മക ളെക്കുറിച്ച്. ആദ്യത്തെ മഞ്ഞുവീഴ്ച കരകൗശലമാണെന്ന് പറയ പ്പെടുന്നു. ആകാശത്തിലെ മഞ്ഞുമൂടിയ കൊട്ടാരത്തിൽ നിന്ന് നൂലും തന്റെ മാന്ത്രിക തറിയും ഉപയോഗിച്ച് അവൾ മഞ്ഞിന്റെ സങ്കീർണ്ണമായ പാറ്റേണുകൾ നെയ്തു. ഓരോ സ്നോഫ്ലെക്ക്സും അതുല്യമായ മാസ്റ്റർപീസ് ആയിരുന്നു. തണുത്തുറഞ്ഞ വെള്ള ത്തിന്റെ ഒരു ചെറിയ ആഭരണം. ആദ്യത്തെ അടരുകൾ ഭൂമി യിലേക്ക് ഇറങ്ങുമ്പോൾ അത് സമാധാനത്തിന്റെയും അത്ഭു തത്തിന്റെയും വികാരം കൊണ്ടുവന്നു.

ഒരാളുടെ നാവിൽ മഞ്ഞുതുള്ളികൾ ഉറഞ്ഞുകൂടിയാൽ അ വർക്ക് ആഗ്രഹം സഫലമാകുമെന്ന് പറയപ്പെടുന്നു. അതിനെ എനിക്കും തൊട്ടറിയാൻ കഴിഞ്ഞിരുന്നെങ്കിൽ.

''ദക്ഷ ഉറങ്ങിയില്ലേ?''

എന്റെ മറുപടിക്കായി തല അൽപ്പം ഉയർത്തികൊണ്ട് എന്നെ നോക്കി കിടക്കുകയാണവൾ.

''ഇല്ല... ഫോൺവിളി കഴിഞ്ഞോ?''

''ഉം... അവൻ ഉറങ്ങിയെന്ന് തോന്നുന്നു. വിളിച്ചിട്ട് ഇപ്പോൾ കേൾക്കുന്നില്ല.

നീ എന്താ ഉറങ്ങാത്തെ?''

''ഞാൻ കഥ കേൾക്കുകയായിരുന്നു.''

''കഥയോ?''

''അതെ, മഴ പറഞ്ഞു തരുന്ന കഥ.''

''ഏഹ്''

ആ എന്തായാലും എന്റെ ഉറക്കം പോയി.

''എന്നാ പിന്നെ ആ കഥ നീ എനിക്ക് പറഞ്ഞ് താ...'' തലയിലൂടെ പുതപ്പുമൂടി കയ്യിൽ ഒരു തലയിണയും എടുത്ത് അവളെന്റെ കട്ടിലിൽ വന്നു കിടന്നു.''

ആ നടത്തത്തിന് വേഗത അല്പം കൂടുതലായതു കൊണ്ടാവും കാൽപെരുമാറ്റത്തിന്റെ ശബ്ദം കേട്ട് ഉറക്കത്തിൽ നിന്ന് മറ്റവളും ഞെട്ടി ഉണർന്നു. പാതിയുറക്കത്തിൽ തന്നെയാണ് കക്ഷി.

''എന്താ ഇവിടെ, നിങ്ങൾക്ക് രണ്ടിനും ഉറക്കമില്ലേ?''

''ദക്ഷ കഥ പറഞ്ഞ് തരും''

''എന്നെ കൂട്ടാതെയോ?''

''നീയും വാ...''

എന്റെ കിടക്കയിലേക്ക് അവളെയും ക്ഷണിച്ചു. കണ്ണുതിരുമി ഉന്മേഷം വീണ്ടെടുത്ത് അവളുമെത്തി.

എന്നെ നടുവിലാക്കി ഇരുവശത്തായി അവർ കിടന്നു. ഫാമിലി കോട്ട് കട്ടിലിൽ തനിച്ച് കിടക്കുന്ന എനിക്ക്, അമ്മയുടെ ഭാഷയിൽ ഫുട്ബോൾ കളിക്കാൻ സ്ഥലം ഉണ്ടായിട്ടും ആ കട്ടിൽ മതിയാകാറില്ല. സിംഗിൾ കോട്ട് കട്ടിലിൽ മൂന്നായി കിടക്കാനും പറ്റും.

''പിന്നെ, പുറത്ത് നല്ല മഴയാ, കൂമനും കുറുക്കനും വവ്വാലും ചീവീടും ബീജിഎം ഇട്ടെന്ന് വരും. അതുകൊണ്ട് പറയാ, പ്രേതം, ഭൂതം, ദേഹി തുടങ്ങിയ അത്തരം കഥകളാണെങ്കിൽ വേണ്ടാട്ടോ.''

പശ്ചാത്തലത്തിൽ ലളിതമായി പെയ്യുന്ന മഴയുടെ മൊഴി മാത്രം. ദൂരെ നിന്ന് എവിടെയോ ചീവീട് കരയുന്നു. ഞാനൊന്നു പുഞ്ചിരിച്ചു.

അഞ്ച്

ഐസ്ലിൻ

മുറിക്കകം മുഴുവൻ ഇരുട്ട് പരന്നു തുടങ്ങി. പീച്ച് മരങ്ങളി ലിൽനിന്ന് വശ്യമായ ഗന്ധം പടരുന്നുണ്ട്.

ഈ ഗന്ധം ഇവിടെ ഏവരുടെയും പ്രിയപ്പെട്ടതാണ്. പീച്ച് പഴങ്ങൾ പഴുത്തു തുടങ്ങുന്ന നാൾ മുതൽ വമിക്കുന്ന ഗന്ധം ഇവിടെ ഏവരെയും ഭ്രമിപ്പിക്കും.

ആ വശ്യമായ ഗന്ധത്തിനു വേണ്ടി ഒഴിവുള്ള ഇടങ്ങളിൽ അവർ പീച്ച് തൈകൾ നടും.

യാതൊരു പരിചരണവും കൂടാതെ അവ ഭംഗിയായി പൂക്കും, കായ്ക്കും, ഫലമാകും. ആ കാഴ്ച ഏവരെയും മയക്കിയിരുന്നു. എന്നെ ഒഴിച്ച്!

മനോഹരമായ ഒരു ദേശം മുഴുവൻ കറുത്ത മഷിയിൽ ആവ രണം ചെയ്യപ്പെട്ടപ്പോൾ തിരക്കുകൾ അവസാനിപ്പിച്ച് ഒരുപറ്റം മനുഷ്യർ അവരുടെ സ്വകാര്യതയിലേക്ക് ഊളിയിട്ടു.

ഹാ... നന്നായിരിക്കുന്നു.

ഇവിടെയെല്ലാം സുന്ദരമാണ്. ജനനം മുതൽ മരണം വരെ. ആരും തമ്മിൽ കലഹിക്കുകയില്ല.

എപ്പോഴും ഏവരുടെയും ചുണ്ടിൽ ഹൃദ്യമായ ഒരു പുഞ്ചിരി തത്തി കളിക്കും. മരണാനന്തര ചടങ്ങുകളിൽ പോലും മൃതദേഹം പുഞ്ചിരിയിലായിരിക്കും. അവർ സർവ്വശക്തനായ ദൈവത്തി ന്റെ തിരുസന്നിധിയിലേക്ക് പോകാൻ അത്യന്തം ആഗ്രഹിച്ചിരി ക്കും. മരണത്തലേന്ന് അവർ സകലതും മറന്നു പോകുമത്രേ. കടപ്പാടുകളെയും സ്നേഹബന്ധങ്ങളെയും ഉത്തരവാദിത്തങ്ങ ളെയും കുറിച്ചോർത്ത് വ്യസനപ്പെടാതെ അവർ സന്തോഷ പൂർവ്വം മരണത്തിനൊരുങ്ങും. അവിശ്വസനീയമായ ഒന്നുത ന്നെ. ഇവിടം വിശ്വാസങ്ങളുടെ ഒരു കലവറയാണ്. ഒളിഞ്ഞും തെളിഞ്ഞും അവ കാണപ്പെടും.

ചിലപ്പോൾ ഭംഗിയായി പെയ്യുന്ന മഴയിൽ, ഉദയകിരണ

ങ്ങളിൽ, അസ്തമയ സൂര്യനിൽ. അങ്ങനെയങ്ങനെ മനോഹര മായ ഒരിടം.

മാറ്റങ്ങളില്ലാതെ തുടരുന്ന ഒരിടം. ഇന്നലെയും ഇന്നും നാളെയും. എന്നും എപ്പോഴും ഒന്നുതന്നെ.

കൃത്യമായി പറയുകയാണെങ്കിൽ ഇവിടെ വേദനകളോ അവയുടെ ഉറവിടങ്ങളോ കാണാനാകില്ല. ആരും ആരോടും കടപ്പെട്ടിരിക്കുന്നില്ല. അതുകൊണ്ടുതന്നെ ആരും ആരുടെയും പരിധിക്കുള്ളിലല്ല. നല്ലത്!

പരമാനന്ദത്തിന്റെ വിഷം തീണ്ടിയ നാവുകൾ. കയ്പ്പ് എന്തെന്നറിയാത്ത രസമുകുളങ്ങൾ. ഇരുട്ടിൽ ഏതോ പക്ഷിയുടെ കുറുകൽ വ്യക്തമായി കേൾക്കാം. ഞാൻ ഓർത്തു. സ്വാതന്ത്ര്യമാസ്വദിക്കണമെങ്കിൽ ഒരിക്കലെങ്കിലും ഒരു പക്ഷികൂട്ടിൽ അകപ്പെട്ടിരിക്കണം. അല്ലാത്തപക്ഷം അവർക്കത് സ്വാതന്ത്ര്യമല്ല. മറിച്ച് ജീവിതരീതി മാത്രമാണ്. ഒരു വാക്കിന്റെയും പേരിൽ ആരും ജീവിതാന്ത്യം വരെ ഒന്നിച്ചിരിക്കില്ല. അടിമത്വമില്ലാത്ത ജീവിതം, ബന്ധ ബന്ധനങ്ങൾ ഇല്ലാത്ത ജീവിതം, വായിച്ച കഥകളിൽ പലരുടെയും ആഗ്രഹങ്ങളായിരുന്നു ഇവ. ഓരോ കഥ വായിച്ചവസാനിപ്പിക്കുമ്പോഴും ഓരോ കഥാപാത്രവും എന്നെ നോക്കി അസൂയപ്പെട്ടു. നിസ്സഹായതയോടെ ഒരു പരകായ പ്രവേശനത്തിനായി അവരെന്നോട് കെഞ്ചി. എനിക്ക് ചിരി വന്നു. സത്യത്തിൽ അസൂയപ്പെടേണ്ടത് ഞാനല്ലേ.

ഇവരത് അറിയുന്നുണ്ടോ?

ഇല്ലതാനും.

സർവ്വതും മറന്ന് മരണത്തിന് ഒരുങ്ങുന്നതിലും എത്രയോ മനോഹരമായിരിക്കാം ഓർമ്മകളെ വഹിച്ച് യാത്രയാകുന്നതും തുടർന്ന് പ്രിയപ്പെട്ടവരുടെ ഓർമ്മകളിൽ ജീവിക്കുന്നതും.

ആ കീഴടങ്ങൽ വേദനകൾക്കിടയിലും ഭ്രാന്തമായ ഒരാനന്ദം കൈവരിക്കും. എന്നെ നോക്കി അസൂയപ്പെടുന്ന ഓരോ കഥാപാത്രവും അത് അനുഭവിച്ചിരിക്കുന്നു. ചുരുങ്ങിയ ജീവിതത്തിനുള്ളിൽ അവർ ആരുടെയൊക്കെയോ പ്രിയപ്പെട്ടവരായിരുന്നു. വേദനകൾ ഇല്ലാത്ത നാട്ടിൽ എനിക്ക് പ്രിയപ്പെട്ടവരായി ആരാണുള്ളത്.

ഐസ്ലിൻ

ആരുടെ ഓർമ്മകളിലാണ് ഞാൻ ജീവിക്കുന്നത്.

എനിക്ക് ഒരിക്കലെങ്കിലും അഗാധമായ സ്നേഹബന്ധത്തിൽ അകപ്പെടണം. ഓർമ്മകളിൽ കഥകളായി ശേഷിക്കണം. എഴുതിവച്ച നോട്ട്പാഡിൽ ഇനി വേണ്ടത് അയാളും അയാളുടെ ജന്മദേശവുമാണ്.

ആദ്യ മഞ്ഞുവീഴ്ചയെ പറ്റിയെത്ര കേട്ടിരിക്കുന്നു. ആഗ്രഹിച്ചത് എന്തും നൽകുന്ന മഞ്ഞുവീഴ്ച. ഇവിടം താണ്ടി അങ്ങ് ദൂരെ ഒരിടത്ത് ഇപ്പോൾ ശൈത്യമല്ലേ.

മനോഹരമായ ഇഗ്ലുവിനുള്ളിൽ എത്ര രഹസ്യങ്ങൾ ഒളിച്ചിരിക്കുന്നുണ്ടാകും. അവനെപ്പോലെ. എന്നെ സംബന്ധിച്ച് അവനും അതീവരഹസ്യമായ ഒന്ന് തന്നെയല്ലേ. വിശ്വാസങ്ങളുടെ കലവറയിൽ ഞാൻ തേടുന്ന രഹസ്യമില്ല. അനുഭവങ്ങളില്ലാതെ ആർക്കാണ് എഴുതാനാകുക

എനിക്ക് എഴുതണം ഏറ്റവും ഭംഗിയായി. വിശ്വാസങ്ങളെക്കുറിച്ച്. വാഗ്ദാനങ്ങളെക്കുറിച്ച്. വാക്കുകളിൽ ജീവിക്കുന്ന എസ്കിമോകളെക്കുറിച്ച്. പണ്ടെങ്ങോ പഠിച്ചു മറന്ന കവിതയിലെ നാലു വരികളിൽ ഒതുങ്ങിയ രഹസ്യം. എസ്കിമോ!

കോടാനുകോടി വർഷങ്ങൾക്കു മുമ്പ് തമ്മിൽ കളിച്ചു വളർന്ന കുട്ടികളായിരുന്നുവത്രേ നമ്മൾ. ഒരിക്കൽ അവരെ ഉപേക്ഷിച്ച് പലയിടത്ത് പാലായനം ചെയ്യപ്പെട്ടവർ. ഇന്നും നാം വരുന്നതും കാത്തിരിക്കുന്ന ഇഗ്ലുവിലെ രഹസ്യം.

വാക്കുകൾക്കിത്ര തീവ്രതയുണ്ടല്ലേ, അവ അത്രതന്നെ അമൂല്യമാണല്ലേ.

വ്രണം കരിഞ്ഞുണങ്ങിയ പാടുകൾ പോലെയാണ് വാക്കുകൾ. മങ്ങലേറ്റിരിക്കാം, നീറ്റൽ ഇല്ലായിരിക്കാം എങ്കിലും അവസാനം വരെ അവ ശരീരത്തിലെ അടയാളങ്ങളായിരിക്കും. മറ്റു ശരീരങ്ങളിൽ നിന്ന് നമ്മുടെതിനെ വേറിട്ട് നിർത്തും. ചോദ്യങ്ങൾക്കുള്ളിൽ വീർപ്പുമുട്ടിയ നിദ്രയിൽ അവനെന്നും വരുമായിരുന്നു.

കാപ്പി നിറമുള്ള ചുരുളൻ മുടിക്കാരൻ. ചിരിക്കുമ്പോൾ പൂർണ്ണമായും അടഞ്ഞ് പോകുന്ന കാപ്പി നിറത്തോടു കൂടിയ കണ്ണുകൾ, വിശാലമായ നെറ്റി. വാക്കുകൾ പാലിക്കാൻ ഉള്ളതാണെന്ന് അവൻ എന്നെ ഓർമ്മപെടുത്തി.

ഇഗ്ലുവിനുള്ളിൽ എനിക്കായി ഒരുപാടുപേർ കാത്തിരിക്കുന്നുണ്ടത്രെ. അവന്റെ ഓർമ്മകളിൽ ഇന്നും ആ ബാല്യകാലം ഉണ്ടായെന്നിയിരിക്കും.

എന്നിൽ കൗതുകമുണർന്നു.

ഇരുട്ട് പരന്ന് അനേകം കണ്ണുകളെ കീഴ്പ്പെടുത്തിയിരിക്കുന്നു. അവക്ക് എന്നെ പരാജയപ്പെടുത്താനാകുകയില്ല. എന്റെ വ്യക്തമായ കാഴ്ചയെയും.

കണ്ണുകളിൽ പരന്ന ഇരുട്ട് മനോഹരമായ പലതിനെയും അവരിൽ നിന്ന് ഒളിച്ചുവക്കുന്നു. സ്വന്തം കണ്ണിനാൽ വഞ്ചിക്കപ്പെട്ടവർ.

അവരറിയാതെ ഞാനതെല്ലാം ആസ്വദിക്കുന്നു. അവയോട് കൂട്ട് കൂടുന്നു. സഹതാപം, അതുമാത്രമേ എനിക്കവരോട് തോന്നുന്നുള്ളു.

ഞാൻ പോവുകയാണ്. ഇവിടം എനിക്ക് മടുത്തു തുടങ്ങിയിരിക്കുന്നു. മരങ്ങളിൽ നിന്ന് പീച്ച് പഴങ്ങൾ ശേഖരിച്ചു ഭദ്രമാക്കി.

യാതൊന്നുമില്ല ഓർത്തുവെക്കാൻ. തിരിച്ചുവരും എന്ന് വാക്ക് തരുന്നില്ല. അതിനെന്ത് പ്രസക്തി? അങ്ങ് പോവുക തന്നെ.

ഒറ്റകാലടി വച്ച് ഞാൻ ദൂരത്തെ അളന്നു. ചുറ്റുമുള്ള ശബ്ദങ്ങൾ നേർത്തു വന്നു.

അൽപ സമയത്തിനുള്ളിൽ ഒരു ഭീമാകാരമായ പർവ്വതത്തിനു മുൻപിലെത്തിപ്പെട്ടു.

നിരാശപ്പെടരുത്. ലക്ഷ്യം മാർഗത്തെ സാധൂകരിക്കുമെന്ന് ആശ്വസിക്കാം. ശ്വാസോച്ഛ്വാസം നിയന്ത്രണത്തിലാക്കി. പിടിച്ചു കയറാൻ തക്കവണ്ണം ഒരു കയർ കൺമുന്നിൽ തെളിഞ്ഞു. കൈയിൽ അവ ഭദ്രമായി മുറുക്കി ചുവടുകളുറപ്പിച്ചു. ദൂരങ്ങൾ താണ്ടിയങ്ങനെ.

ചൊടികളിൽ എന്തോ വന്ന് തണുപ്പിച്ചു. അലസമായി ഓരോ അടരും വീഴുന്നു. ആകാശനെയ്ത്തുകാരുടെ കരകൗശലമാവാം അവ.

''നീ വരുമെന്ന് എനിക്ക് അറിയാമായിരുന്നു.''

ഐസ്ലിൻ

എനിക്കാ ശബ്ദം പരിചിതമാണ്. എന്നും കേൾക്കുന്ന എപ്പോഴും കേൾക്കുന്ന ഒന്നുപോലെ.

കാപ്പിനിറമുള്ള എന്റെ ചുരുളൻ മുടിക്കാരൻ. കണ്ണിന് ചുറ്റും അനേകം കൺപീലികളുണ്ട്. കട്ടിയായ കോട്ടും കയ്യുറയും ബൂട്ടും ധരിച്ച് സ്നേഹപൂർവ്വം അവനെന്നെ നോക്കുകയാണ്.

വാക്കുകൾ തൊണ്ടയിൽ വലിയ ഒരു മൽപ്പിടുത്തം തന്നെ നടത്തി.

ഞാൻ എന്താണ് പറയുക. എങ്ങനെയാണ് അവനെ നോക്കേണ്ടത്. ഒന്നും പറയേണ്ടതില്ല.

''വരു നമുക്ക് പോകാം''

കൈകളിൽ പിടിച്ച് അവൻ നടന്നു തുടങ്ങി. അവന്റെ ചെറുവിരൽ തുമ്പിൽ ഒരു ചുവന്ന നൂലിനറ്റത്തെ പട്ടമായി ഞാൻ ഉയർന്ന് പൊങ്ങി.

ഞാൻ ഉറക്കെ ചിരിച്ചു.

ഇത്രമേൽ ഭംഗിയായി, ഇത്രമേൽ ഉച്ചത്തിൽ ഞാൻ ഒരിക്കലും ചിരിച്ചിട്ടില്ല. ഞാൻ ഒരിക്കലും ഇത്രമേൽ ചുവന്നിട്ടില്ല.

അവന്റെ വിരൽത്തുമ്പിൽ ഒരു കുട്ടിയെ പോലെ പിടിച്ചു നടക്കുമ്പോൾ ഞാൻ പല കാഴ്ചകളെയും ഭംഗിയായി നിർവചിച്ചു. ദൂരെ മഞ്ഞ് പുകപോലെ കാണപ്പെട്ടു. അടുക്കുന്തോറും അവ നേർത്തുവന്നു.

അവൻ ദൂരേക്ക് വിരൽചൂണ്ടി.

''അവിടെ നിന്നെ കാത്ത് ഒരുപാടുപേരുണ്ട്. എന്നും നീ വരുമെന്ന് അവർ വെറുതെ മോഹിക്കും.

എന്റെ രഹസ്യങ്ങൾ. ഇഗ്ലുവിനുള്ളിലെ അതീവ രഹസ്യങ്ങൾ. അവക്കുള്ളിൽ നിന്ന് ഒരു മധ്യവയസ്ക പ്രത്യക്ഷപ്പെട്ടു. അവർക്ക് പിന്നിൽ ഒരു കൗമാരക്കാരിയും. അതവന്റെ അമ്മയും സഹോദരിയുമാണെന്ന് ഞാൻ ഊഹിച്ചു. തൊട്ടടുത്ത് വളരെ ചെറിയ നെറ്റിയും സമൃദ്ധമായ കറുത്ത മുടിയിഴകളുമായി ഒരാൾ ഹൃദ്യമായി ചിരിച്ചു. ചുറ്റും ധാരാളം പുസ്തകങ്ങൾ.

''നീ എന്നെങ്കിലും എന്നെ തേടി വരുമെന്ന് ഞാനിവരോ

ട് ഇടക്ക് പറയും. വരാത്തതാകുമ്പോൾ ഇവരെന്നെ പരിഹസിക്കും. അനശ്വരനായി ഞാനവളുടെ ഹൃദയത്തിലുണ്ടെന്ന് ഞാനെപ്പോഴും വാദിച്ചുകൊണ്ടേയിരിക്കും. കാലകാലത്തിന്റെ പരിചയം പുതുക്കി ഭദ്രമായി സൂക്ഷിച്ച പീച്ച് പഴങ്ങൾ ഞാൻ സമ്മാനിച്ചു. അയാൾക്കേറെ പ്രിയപ്പെട്ട രുചി.

വെറുതെ, വെറുതെയയാൾ ചിരിച്ചുകൊണ്ടേയിരുന്നു. അതു കണ്ട് ഞാനും. ഞാൻ തേടിയതെന്തോ അതെന്നെയും തേടിയിരുന്നു.

എന്റെ രഹസ്യങ്ങളുടെ ചുരുളുകൾ ഓരോന്നായി എനിക്ക് മുന്നിൽ അഴിഞ്ഞുവീണു.

വാക്കുകളിൽ ജീവിക്കുന്ന എസ്കിമോകൾ. അമൂല്യമായ വാക്കുകളുടെ കാവൽക്കാർ. അവർ എന്നെ അവരുടെ സ്വകാര്യതയിലേക്ക് ക്ഷണിച്ചു.

ഒരു ജാള്യതയുമില്ലാതെ ഞാൻ കയറിച്ചെന്നു. മഞ്ഞുകട്ടകളിൽ തീർത്ത ഇഗ്ലുവെന്ന അത്ഭുതം.

തണുക്കാതിരിക്കാൻ എനിക്ക് പുതിയ കോട്ടും ബൂട്ടും കൈയുറയും നൽകി. ആ സ്ത്രീ എന്നെ വലിച്ചടുപ്പിച്ച് ഇറുകി പുണർന്നു. മൂർധാവിൽ അരുമയായി തഴുകി.

സത്യത്തിൽ പീച്ച് പഴങ്ങൾക്ക് അവരുടെയത്ര ഹൃദ്യമായ ഗന്ധമില്ല. അവരുടെയത്ര ഭംഗിയില്ല. ഈ നിമിഷത്തിന്റെ മനോഹാരിതക്ക് മാത്രമേ എന്നെ ഭ്രമിപ്പിക്കാനാകുന്നുള്ളു. ബാക്കിയെല്ലാം വ്യർത്ഥം.

അവർ എന്റെ കണ്ണുനീർത്തുള്ളികളെ ഒപ്പിയെടുത്തു. നെറുകയിൽ ചുംബിച്ചു. വാതോരാതെ വിശേഷങ്ങൾ പറഞ്ഞു.

കഴിക്കാൻ ചുട്ട ഇറച്ചിയും പഴുത്ത ഗൂസ്ബെറികളും തന്നു. രാത്രിയിൽ അയാൾക്കൊപ്പം പതിയിരുന്ന് വേട്ടയാടാനിറങ്ങി. മുയലുകളെ പിടിച്ച് എന്നോട് ഉപമിച്ചു. മഞ്ഞുകട്ടകൾ കൊണ്ട് ധാരാളം ഇഗ്ലുകൾ നിർമ്മിച്ചു.

‘‘ദൂരെയെങ്ങോ ഒരെസ്കിമോ കുട്ടികൾ നമ്മെയും കാത്തിരിപ്പൂ’’ പാതി മറന്ന നാലുവരി കവിത ഭംഗിയായി പാടി.

വേട്ടപട്ടികൾ ചങ്ങാതിമാരായി. ദൂരെ ആകാശത്ത് ധ്രുവദീ

ഷ്ടി പ്രത്യക്ഷപ്പെട്ടു.

വിടർന്ന കണ്ണുകളുള്ള ആ പെൺകുട്ടിക്കൊപ്പം അയാൾക്കരികിലിരുന്ന് കഥകൾ കേട്ടു.

ഏഴാകാശങ്ങൾക്കപ്പുറമുള്ള മേഘ ഭൂമി. വെളുത്ത പഞ്ഞികട്ടകൾ പോലെ മേഘങ്ങൾ കൊണ്ട് അനേകം കൂടാരങ്ങൾ. അവിടെനിന്ന് മേഘപാളികൾക്കിടയിലൂടെ ഒരു പെൻഗ്വിൻ ഭൂമിയിലേക്ക് നോക്കി സദാ സങ്കടപ്പെട്ടിരിക്കും.

മഴക്കാലം എത്താനായി അവൾ കാത്തിരിക്കും. ഒടുവിൽ ആദ്യമഴത്തുള്ളി ട്രെയിനിലൂടെ അവൾ ഭൂമിയിലേക്ക് യാത്ര തിരിക്കും.

തന്റെ കുഞ്ഞിനെ കാണും. സമ്മാനങ്ങൾ കൊണ്ടുമൂടും. മഴക്കാലം അവസാനിക്കും വരെ അത് തുടരും. ശേഷം ഓർമ്മകളെയും വഹിച്ചുകൊണ്ട് അവസാന മഴത്തുള്ളി ട്രെയിനിൽ കയറി അവൾ മേഘഭൂമിയിലെത്തും. പിന്നീട് അവൾ ഭൂമിയിലേക്ക് നോക്കി സങ്കടപ്പെടില്ല. സന്തോഷത്തോടെ അവൾ തന്റെ കുഞ്ഞിനെ നോക്കിയിരിക്കും. കുഞ്ഞു പെൻഗ്വിനാകട്ടെ, ഇനിയും ഒരു മഴക്കാലത്തെ സ്വപ്നം കണ്ട് ഭൂമിയിൽ കാത്തിരിക്കും.

കഥ പറഞ്ഞു നിർത്തി. ചെന്നായ്ക്കൾ ഓരിയിട്ടപ്പോൾ ഭയത്തോടെ ഞാൻ അയാളുടെ നെഞ്ചിലേക്ക് ചാഞ്ഞു. അയാൾ എന്നെ വാത്സല്യപൂർവ്വം തലോടി. ചെവിയിൽ സ്വകാര്യമായി ‘‘ഈ കഥയോർത്ത് ഇന്നും ഒരാൾ ആരെയൊക്കെയോ കാത്തിരിക്കുന്നുണ്ട്’’ എന്ന്.

അതിന്റെ പൊരുൾ എനിക്ക് വ്യക്തമാണല്ലോ. നേർത്ത ശബ്ദത്തിൽ അമ്മ പാട്ടുപാടി. ഇതെല്ലാം അവൻ കണ്ടു നിന്നു. അയാളെ പോലെ തന്നെ ഭംഗിയായി ചിരിച്ചു.

‘‘തിരിച്ചുപോകുമോ?’’ അയാൾ വ്യാകുലപ്പെട്ടു.

‘‘പോകണം. ഒന്നും ശാശ്വതമല്ല. ഒന്നും...’’

‘‘തിരിച്ചുവരുമോ അയാൾ അവലാതിപ്പെടുകയാണ്.’’

‘‘വരണം’’ഞാൻ മറുപടി കൊടുത്തു. അയാളുടെ ചെറിയ നെറ്റിയിൽ ചുംബിച്ചു.

''ഇതൊരു വാഗ്ദാനമാണ്. വാക്കുകൾ പാലിക്കാൻ ഉള്ള താണ്. മറക്കരുത്. ഒന്നും മറക്കാനുള്ളതല്ല ഓർത്തുവക്കണം. ഇപ്പോൾ ഉറങ്ങു.'' അതു പറഞ്ഞയാൾ മുറിയിലേക്ക് പോയി.

ശയ്യ തയ്യാറായി. കാപ്പി കണ്ണുകൾകൊണ്ട് അവനപ്പോഴും എന്നെ നോക്കുന്നുണ്ടായിരുന്നു.

''എനിക്ക് മഞ്ഞു പെയ്യുന്നത് കാണണം.''

''എന്തിന്?''ചിരിയോടെ അവൻ ചോദിച്ചു.

''എനിക്ക് എഴുതണം. എന്റെ രഹസ്യങ്ങളെ ഞാൻ തേടിപ്പിടി ച്ചിരിക്കുന്നു. അവശേഷിക്കുന്ന ജോലിയിനി അത് മാത്രമാണ്.''

''ഞങ്ങളെക്കുറിച്ച് എഴുതുമോ?''

''എനിക്ക് ഇവിടം മാത്രമേ അറിയൂ. നിങ്ങളെ മാത്രമേ അറിയൂ. മറ്റൊന്നും എനിക്കറിയില്ല. അറിയുന്നതിനെ കുറിച്ച് എഴുതാനെ എനിക്കാവു.''

''എന്നെ കുറിച്ചോ?''

തിളങ്ങുന്ന കാപ്പി കണ്ണുകളിൽ ഞാൻ എന്തോ കണ്ടു. എന്താ യിരുന്നു അത്. വാക്ക് പാലിച്ചതിനുള്ള നന്ദിയോ അതോ മറ്റെ ന്തെങ്കിലുമോ..?

''അധികം ചിന്തിക്കരുത്'' അവൻ മുന്നറിയിപ്പു നൽകി.

''വരൂ...''

അവൻ നടന്നു. കുറച്ച് നീങ്ങി തടാകത്തിനു മുകളിൽ അവ നെന്റെ കൈകോർത്തു പിടിച്ചു.

കൈകളിൽ കാത്ത് വെച്ച ലവ് ലാവണ്ടർ റോസുകൾ സമ്മാ നമായി നൽകി. കാലങ്ങളോളം കാത്തുവെച്ച ലവ് ലവാണ്ടർ റോസുകൾ.

''നിനക്കിതിന്റെ അർത്ഥം വ്യക്തമായി അറിയാമെന്ന് എനി ക്കറിയാം. അതുകൊണ്ട് ഞാനതൊരിക്കലും വിവരിക്കില്ല. ചി ലയിടങ്ങളിൽ വാക്കുകൾ ഉപയോഗശൂന്യമാണ്.''

ആകാശനെയ്ത്തുകാരന്റെ മകൾ. തന്റെ നൂലും തറിയുമുപ യോഗിച്ച് നെയ്ത തണുത്തുറഞ്ഞ വെള്ളത്തിന്റെ ആഭരണങ്ങൾ

പൊഴിച്ചു.

ഞാൻ ആർത്തിയോടെ നാവുനീട്ടി.

തണുപ്പ് ഇളം തണുപ്പ്.

ആഗ്രഹ സഫലീകരണം നടന്നു കഴിഞ്ഞിരിക്കുന്നു. ഞാനവന്റെ കൈകൾ കവർന്നു.

''എന്നെ ഓർക്കണം. മഞ്ഞു പെയ്യുമ്പോൾ. ഗൂസ്ബെറികൾ കഴിക്കുമ്പോൾ, കഥകൾ കേൾക്കുമ്പോൾ, ലവ് ലാവണ്ടർ റോസുകൾ കാണുമ്പോൾ... അപ്പോഴെല്ലാം എന്നെ ഓർക്കണം. ഉറക്കം പിടിതരാത്ത രാത്രികളിൽ കണ്ണുകളിൽ നീ ഒളിപ്പിച്ചത് പ്രണയമാണെന്ന് ഉറച്ചു വിശ്വസിക്കണം. ഓർത്തു കൊണ്ടേയിരിക്കണം. നഷ്ടപ്പെട്ടെന്ന് മനസ്സിനെ പറഞ്ഞു വിശ്വസിപ്പിച്ച് മതിയാവോളം കരയണം. കരഞ്ഞു തന്നെ അവസാനിപ്പിക്കണം. എല്ലാം അതോടെ തീരും. ഇതൊരു വാഗ്ദാനമാണ് മറക്കരുത്. വാക്കുകൾ പാലിക്കാനുള്ളതാണ്.''

കഴുത്തിൽ എന്തോ ശക്തമായി പിടിമുറുക്കി. മഞ്ഞുമലയിൽ നിന്ന് ശബ്ദത്തോടുകൂടി മഞ്ഞുപാളികൾ ഇടിഞ്ഞുവീണു. മരണനിമിഷം സർവ്വതും മറന്നു പോയിരുന്നെങ്കിലെന്ന് ഞാൻ ആശിച്ചു.

ക്ഷണനേരം കൊണ്ട് എന്റെ ചിന്തകളെ മറന്നു. ഞാനൊരു ഭീരുവായി. വേദനകളെ ഞാനിപ്പോൾ ഭയപ്പെടുന്നു. കണ്ണ് ചൂടുപിടിച്ച് നിയന്ത്രണമില്ലാതെ ഒഴുകി.

''കരഞ്ഞോളൂ. എല്ലാം കരഞ്ഞ് തന്നെ തീർക്കണം. ഒന്നിനെയും ഭയക്കരുത്.''

അവൻ എന്റെ മുഖം കവർന്നു. മതിയാവോളം ചുംബിച്ചു.

''ഞാൻ നിന്നെ ഓർക്കും. എപ്പോഴുമോർക്കും. പക്ഷേ, ഒന്നും ശാശ്വതമല്ല.''

മാറ്റങ്ങൾ അനിവാര്യമാണ്. മാറ്റമില്ലാത്തതെല്ലാം കള്ളമാണ്.

''വേണ്ട, എനിക്കിതൊന്നും മറക്കേണ്ടതില്ല. ഞാനിതെല്ലാം ആസ്വദിക്കുന്നു.

പരമാനന്ദം. വേദനകളിലെ പരമാനന്ദം. ''ഇത് തന്നെയായിരുന്നു ഞാനും ആഗ്രഹിച്ചിരുന്നത്. ഓർമ്മകളെ വഹിച്ചു കൊ

ണ്ടുള്ള യാത്ര.''

വലിയൊരു ശബ്ദത്തോടുകൂടി മഞ്ഞുപാളികൾ എന്നെ ആലിംഗനം ചെയ്തു. എനിക്കുമേൽ അവ കുമിഞ്ഞു കൂടി. ശരീരത്തിന് ഭാരം അനുഭവപ്പെട്ടു. കാപ്പി കണ്ണുകൾ മഞ്ഞുതുള്ളി പോലെ അപ്രത്യക്ഷമായി.

പിറ്റേന്ന് അയാളുടെ വേട്ടപട്ടികൾ അവിടം തിരഞ്ഞു. അലമുറകൾ കാറ്റിൽ പടർന്നു. വിടർന്ന കണ്ണുള്ള പെൺകുട്ടി ഇനിയും ഒരുപാട് കഥകൾ കേൾക്കാൻ അവളെ തിരിച്ചു വിളിച്ചു.

ഏവരുടെയും കരച്ചിലിനൊടുവിൽ അയാൾ പറഞ്ഞു തുടങ്ങി.

''ഞങ്ങളെല്ലാവരും നിന്നെ ഓർക്കും കുട്ടി. നിന്റെ ഭംഗിയുള്ള ചിരിയോർക്കും, നിന്റെ ഗന്ധമോർക്കും, ഒരോ മഴയിലും നിന്നെ കാത്തു നിൽക്കും. ഓർമ്മകളിൽ വലിയൊരിടം നിനക്കായി മാറ്റിവെക്കും. നീ അവിടെ ജീവിക്കും. കാരണം, നീ ഞങ്ങൾക്ക് പ്രിയപ്പെട്ടവളാണ്. ഇതൊരു വാക്കാണ്. വാക്കുകൾ പാലിക്കാൻ ഉള്ളതാണ്.''

അവരുടെ ശബ്ദം നേർത്ത് തുടങ്ങി. മരണമണി കാതിൽ മുഴങ്ങി. ഫോണിലെ അലാറം വീണ്ടും ശക്തിയായി ശബ്ദിച്ചു. കൈക്കാലുകൾ ചലിപ്പിക്കാനാകുന്നില്ല. ശ്വാസഗതി നിയന്ത്രിച്ച് പതിയെ എഴുന്നേറ്റു.

തൊട്ടടുത്ത കട്ടിലിൽ രണ്ടും അവരുടെ യഥാസ്ഥാനത്ത് ഇപ്പോഴും സ്വസ്ഥമായുറങ്ങുന്നു. കട്ടിലിൽ നീരാളി ബൊമ്മയും ഞാനും മാത്രം. പുറത്ത് കൊടുംവേനലേറ്റ് സകലതും വാടി തളർന്നു നിന്നു.

തന്റെ കയ്യിലുള്ളതിന്റെ വില അറിയാതെ മറ്റുള്ളത് നോക്കി അസൂയപ്പെടാനെ എല്ലാവർക്കും കഴിയു. ഇന്ന് ഞാനും ആഗ്രഹിക്കുന്നു, ഇവിടെ ഒരിക്കലെങ്കിലും മഴക്ക് പകരം മഞ്ഞ് പെയ്തിരുന്നുവെങ്കിലെന്ന്. അങ്ങ് ദൂരെ ഏതോ കോണിൽ ആരോ മഴയെ സ്വപ്നം കാണുന്നപോലെ.

ഞാനെന്റെ നീരാളി ബൊമ്മയെ ചേർത്തുപിടിച്ചു. തിളങ്ങുന്ന കണ്ണുകൾ കൊണ്ട് അതെന്നെ നോക്കി ചിരിച്ചു. തിരികെ ഞാനും. പുറകെ ഓടിയടുത്ത വേട്ടപട്ടികൾ എങ്ങോട്ടോ മാഞ്ഞുപോയി. എല്ലാം പെയ്തൊഴിഞ്ഞിരിക്കുന്നു. നോട്ട്പാഡിൽ

'ഐസ്ലിൻ' അക്ഷരങ്ങളായി കിടന്നു.

ഏറ്റവും ഭംഗിയായി എനിക്കെഴുതണം. ശേഷിക്കുന്ന ജോലിയിനി അതു മാത്രമാണ്. ഇതും ഒരു രഹസ്യമായി തന്നെ അവശേഷിക്കട്ടെ.

മറ്റാർക്കും ഗ്രഹിക്കാൻ സാധിക്കാത്തൊരുതരം രഹസ്യം. സ്വപ്നങ്ങളുടെ തേരിൽ യാത്രപോയ ഒരു വിഡ്ഢി കഥ.

സ്വപ്നങ്ങളിൽ ആനന്ദം മാത്രം കണ്ടെത്താൻ ശ്രമിക്കുക. പരിധികളൊ വിലക്കുകളോയില്ലാതെ. കാരണം നാം തേടുന്നതെന്തും നമുക്കവിടെ നിന്നെ കണ്ടെത്താനാകൂ.

www.ingramcontent.com/pod-product-compliance
Lightning Source LLC
Chambersburg PA
CBHW050024170726
48282CB00025B/542
* 9 7 8 8 1 9 7 9 9 0 7 6 2 *